Mục Lục

1   Diễn văn khánh thành tượng đài
4   Thư kêu gọi
6   Tâm thư Hội Dòng Dõi Petrus Ký
7   Thư yểm trợ của các cựu GS Petrus Ký
11 Thư Chấp Thuận của trung tâm La San
12 Tường trình buổi xúc tiến đầu tiên với
    các Soeurs La San
14 Vinh danh Petrus Trương Vĩnh Ký
16 Nhớ về Thầy Tôn Thọ Giao
17 Phóng sự hình ảnh buổi ra mắt và động thổ
20 Phát biểu của giáo sư Trần Huệ
21 Cảm tưởng của một CHS Petrus Ký
23 Phát biểu của một CHS Petrus Ký
26 Phát biểu của Cô Nguyễn Thị Phương
27 Bài viết của Nhà Báo Lê Văn Hải
29 Phóng sự bằng hình 2 buổi gây quỹ tháng 10, 2017
31 Lá thư Úc Châu
36 Sĩ Tải Tiên Sinh
47 Danh Sách Mạnh Thường Quân

"... Nói đến PETRUS Trương Vĩnh Ký là phải nói đến vai trò "Khai Đường Mở Lối" của ông trên các địa hạt sau đây:

1- Dùng chữ Quốc Ngữ thay thế chữ Nôm và chữ Hán trong việc biên khảo trước tác.

2- Viết câu văn xuôi thay lối văn biền ngẫu của các nhà nho, và

3- Xây dựng nền học thuật mới tổng hợp văn hóa Á Đông và văn minh Tây phương thay thế nền học thuật cũ của Nho gia.

Giáo Sư Tiến Sĩ Nguyễn Thanh Liêm, Nguyên Thứ Trưởng Văn Hóa Giáo Dục và Thanh Niên trước 4/1975, và là Cựu Học Sinh, Cựu Giáo Sư, Cựu Hiệu Trưởng Trường PETRUS Ký

Đặc san Lễ Khánh thành Tượng đài Petrus Ký, San Jose 2018
Trang trí các trang bìa: Nguyên Thủy
Phát hành: Nhóm Thiện chí Xây dựng Tương đài Petrus Ký
Liên lạc: Điện thoại: 713-363-4456 * Email: envirovn@gmail.com

Họa đồ bệ tượng đài
Petrus Ký Hải Ngoại

Bệ tượng đài Petrus Ký Hải Ngoại do KTS Đoàn Minh Long thực hiện với mô hình Tượng đồng Petrus Ký toàn thân do anh ĐKG Phạm Thế Trung sáng tác đặt tại trung tâm Giáo Dục La San tại San Jose.

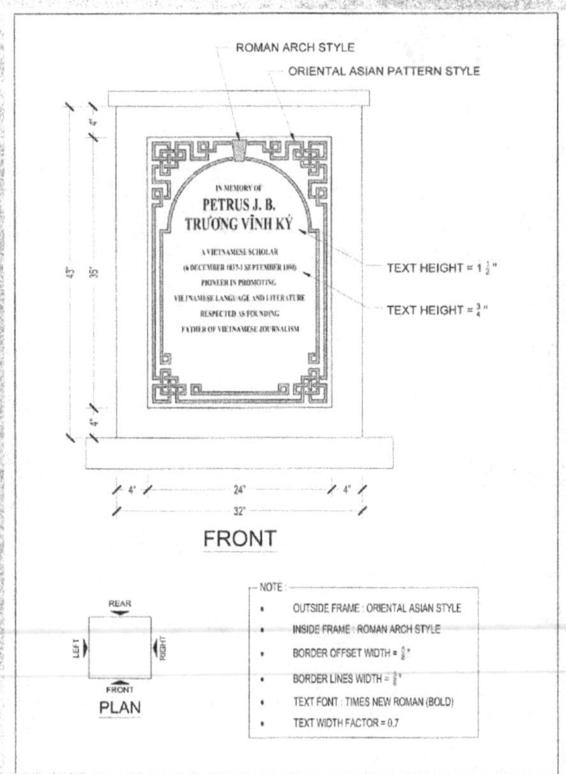

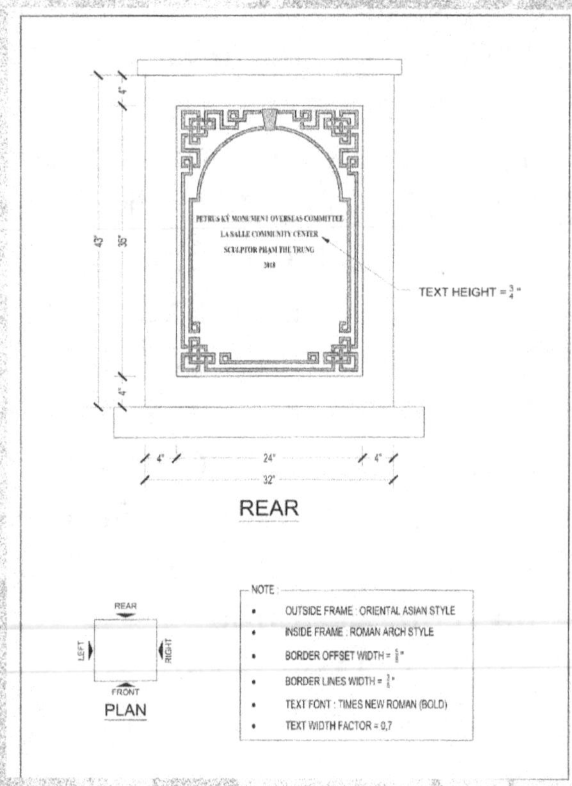

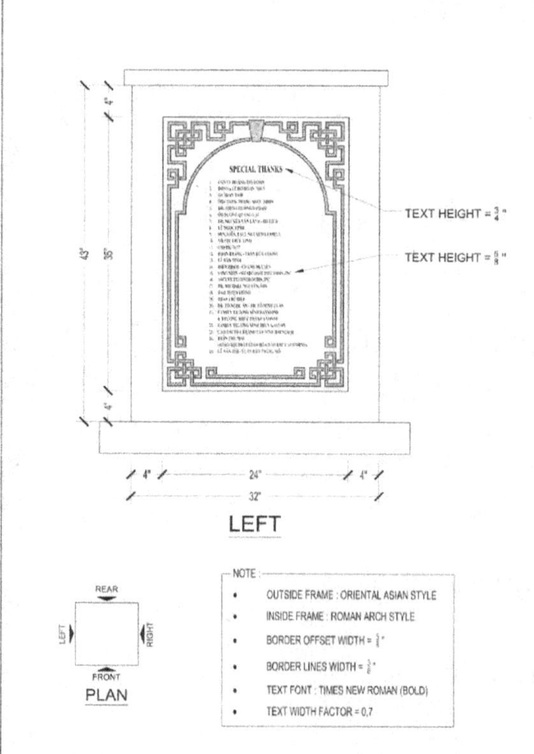

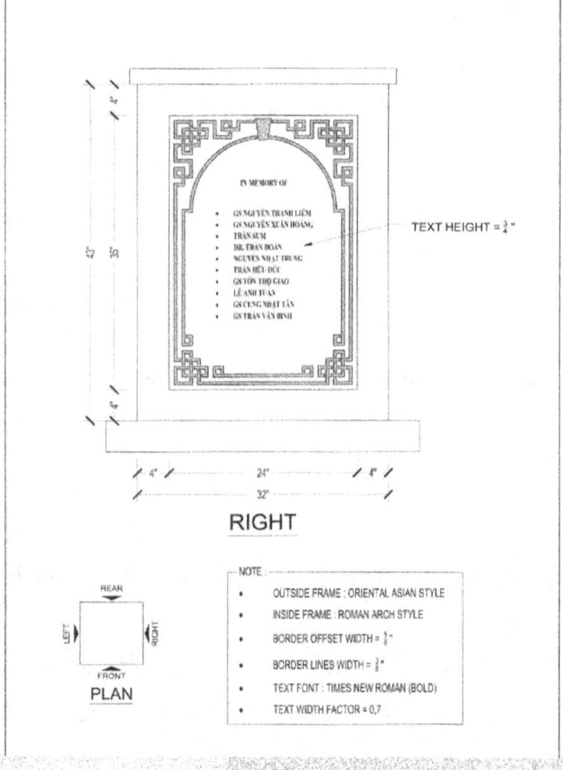

Diễn văn khai mạc ngày khánh thành Tượng Đài Petrus Ký Hải Ngoại tại San Jose

Kính thưa:

Quý Thầy Cô CGS/Petrus Ký,
Quý Frères, quý Soeurs dòng La San,
Quý Mạnh Thường Quân,
Quý Hội Đoàn và cơ quan Truyền thông,
Quý Quan khách, quý Đồng hương,
Cùng Anh Chị Em và Bạn bè thân hữu quý mến.

Thay mặt anh chị em trong *Nhóm Thiện Chí Xây Dựng Tượng Đài Petrus Ký Hải Ngoại* (NTCXDTDPKHN), em xin kính chúc quý Thầy Cô cùng quý vị luôn luôn được nhiều sức khỏe và tỏ lòng tri ân, cảm tạ đến quý Thầy Cô và quý Ân nhân, đã luôn quan tâm và yểm trợ chương trình XDTĐPKHN suốt gần hai năm qua. Sự hiện diện của quý Thầy Cô và quý vị trong ngày khánh thành TDPKHN hôm nay, những người luôn trân trọng những công lao đóng góp của Cụ Petrus Trương Vĩnh Ký cho nền văn hoá và văn học chữ Quốc Ngữ, là một niềm vinh dự và khích lệ thật lớn lao cho các anh chị em cùng thân hữu trong NTCTXDTDPKHN.

Đã từ lâu lắm từ khi đặt chân nơi Hải Ngoại, những người yêu mến và vẫn còn nhớ đến những công lao đóng góp của Cụ Petrus Trương Vĩnh Ký, trong số đó có không ít những Thầy Cô và Cựu Học sinh Trung học Petrus Trương Vĩnh Ký Sài Gòn, vẫn từng thao thức ước nguyện thiết lập một tượng đài để vinh danh nhà học giả này, *một nhà văn hóa lớn, một học giả uyên bác trên nhiều lãnh vực từ ngôn ngữ, lịch sử, địa lý, từ điển, dịch thuật đến văn hóa, giáo dục, xã hội, khảo cứu…* được thế giới biết đến.

Ông đã để lại một di sản đồ sộ cho nền văn học Quốc Ngữ trong buổi phôi thai và cũng là một trong những nhà văn hóa tiên phong, cống hiến cả cuộc đời cho việc hình thành và cập nhựt nền văn học Quốc Ngữ Việt Nam hiện đại.

Cách đây gần 100 năm để tỏ lòng kính trọng những đóng góp của nhà bác ngữ học Trương Vĩnh Ký cho nền văn hóa và văn học nước nhà, người dân Nam Kỳ đã từng hưởng ứng lời kêu gọi của nhà yêu nước Trần Chánh Chiếu, vận động quyên góp dựng tượng vinh tôn Ông ở trung tâm Sài Gòn. Cũng nhân dịp khánh thành bức tượng đồng Petrus Ký mặc áo dài, đầu đội khăn đóng (trang phục gắn liền suốt cuộc đời cụ Petrus Ký) vào cuối năm 1927, một ngôi trường cổ kính và nổi tiếng tại Sài gòn đã được đặt tên Petrus Trương Vĩnh Ký (LPK).

Là một nhà trí thức có tinh thần tự trọng và tư tưởng độc lập, sinh ra và lớn lên trong bối cảnh giao thời của lịch sử, Petrus Ký đã trải qua bao thăng trầm từ lúc còn sinh thời đến mãi hơn một trăm năm sau khi Ông đã tạ

---

thế. Sau biến cố 30 tháng 4 năm 1975, nhiều di tích tôn vinh Ông tại Việt Nam tiếc thay đã không tồn tại nữa.

Ao ước dựng lại một tượng đài Petrus Ký ở Hải Ngoại nhằm vinh tôn Ông, góp phần phục hồi lại danh dự cho một nhà văn hóa tên tuổi, có nhiều đóng góp và công trình giá trị cho văn hóa và văn học Việt Nam luôn luôn là một hoài bão cho những ai vẫn hằng yêu mến nền văn xuôi chữ Quốc Ngữ và nhớ đến công lao đóng góp của Ông, đặc biệt cả cho nền báo chí Quốc Ngữ Việt Nam, mà ông là nhà báo Việt Nam đầu tiên, người đã khai sinh ra tờ *Gia Định Báo*.

Cũng như các tượng đài danh nhân lịch sử Việt Nam khác tại Hải ngoại, **Tượng Đài Petrus Ký Hải Ngoại cũng là một công trình có ý nghĩa về văn hóa và giáo dục:**

- Đặc biệt là để thế hệ trẻ Việt Nam tại Hải Ngoại noi gương hiếu học của nhà bác ngữ học Petrus Ký,

- Để cộng đồng người Việt Hải Ngoại nói chung nhận biết được di sản của Việt Nam nhằm bảo tồn ngôn ngữ và phát triển văn hoá cội nguồn.

- Đối với các Thầy Cô và học sinh cũ của trường Trung học Petrus Trương Vĩnh Ký nói riêng, Tượng Đài Petrus Ký Hải Ngoại còn là một nơi để *dừng chân hoài niệm, nhớ về ngôi trường xưa với nhiều tình nghĩa Thầy trò sâu đậm.*

Được sự khuyến khích của quý Thầy Cô cũ và bạn bè thân hữu, với hoài bão sẽ cùng với Cộng Đồng Người Việt Hải Ngoại có thể vận động để xây dựng lại tượng của Cụ Petrus Trương Vĩnh Ký nơi xứ người, năm 2007 anh ***Điêu Khắc Gia Phạm Thế Trung tại Toronto, Canada*** đã bắt đầu sáng tác bức tượng toàn thân cao 7.5 feet (2,3 m) của nhà bác ngữ học Petrus Trương Vĩnh Ký với dáng vóc và gương mặt của một nhà trí thức thông thái trong bộ quốc phục áo dài, khăn đóng, tay cầm quyển sách Quốc Ngữ tượng trưng cho việc quảng bá và phát triển về chữ Quốc Ngữ nói riêng và văn hoá Việt Nam cận đại nói chung.

Bức tượng sáng tác bằng thạch cao đã được Điêu Khắc Gia Phạm Thế Trung hoàn thành nhân dịp kỷ niệm 110 năm ngày giỗ của cụ Petrus Trương Vĩnh Ký, ngày 1 tháng 9 năm 2008. Thế nhưng mãi đến 5 năm

sau, một Ủy Ban Vận Động Xây Dựng Tượng Đài Nhà Bác Ngữ Học Petrus Trương Vĩnh Ký mới được thành lập do GS Nguyễn Thanh Liêm, Cựu Thứ trưởng Bộ Quốc Gia Giáo Dục VNCH, làm Trưởng Ban, với dự định sẽ đặt tượng đài trong khuôn viên Trung Tâm Sinh Hoạt Cộng Đồng Người Việt Quốc Gia- Sacramento.

Tiếc rằng sau đó vì một số lý do, chương trình đã không thực hiện được, và sau khi GS Nguyễn Thanh Liêm, thầy cũng từng là Cựu Hiệu trưởng trường Trung học Petrus Trương Vĩnh Ký Sài Gòn, quá vãng ngày 17 tháng 8 năm 2016, thì dự án Tượng Đài Petrus Ký Hải Ngoại hầu như đã bị đình trệ.

Nhận thấy đây là một việc làm rất có ý nghĩa, nghĩ đến ý nguyện của người Thầy khả kính và tận tụy Nguyễn Thanh Liêm bao năm chưa thành, nghĩ đến cụ Petrus Ký vẫn chưa được phục hồi danh dự và tôn vinh, một nhóm các anh chị em có thiện chí đã cố gắng tìm một địa điểm phù hợp để tiếp nối công việc còn dang dở của thầy Liêm.

Nhờ cơ duyên, đầu năm 2017 các anh chị em trong Nhóm Thiện Chí đã được sự chấp thuận của quý Soeurs Dòng La San (La Salle Sisters) cho phép thực hiện Tượng Đài Petrus Ký Hải Ngoại trong khuôn viên của ***Trung Tâm Giáo Dục La San (La Salle Community Center) số 248 Kirk Avenue, San Jose, CA 95127, USA***. Trung Tâm Giáo Dục La San do các Nữ Tu Dòng La San điều hành đã từng phục vụ Cộng Đồng người Việt Hải Ngoại trong hơn 20 năm qua và gần đây được xây mới lại. Việc đặt tượng đài trong một môi trường giáo dục rất đẹp, khang trang và uy nghiêm như Trung Tâm Giáo Dục La San, thật phù hợp cho mục đích vinh tôn nhà bác ngữ học Petrus Trương Vĩnh Ký, một nhà văn hóa lỗi lạc.

Việc hình thành và hoàn tất Tượng Đài Petrus Ký Hải Ngoại được đúc từ bản chính bằng thạch cao của Điêu Khắc Gia Phạm Thế Trung ra bằng đồng, hầu giữ được độ bền bỉ theo thời gian và phẩm chất của một tác phẩm nghệ thuật, cũng như việc hoàn tất, chuyên chở và lắp đặt tại khuôn viên Trung Tâm Giáo Dục La San (San Jose), đã do hãng đúc đồng ***Mussi Artworks Foundry & Gallery*** tại Berkekey, USA đảm trách.

Ngoài ra để tăng giá trị mỹ thuật, cũng như để cảnh quan Tượng Đài Petrus Ký Hải Ngoại được sạch đẹp và trang trọng, Nhóm Thiện Chí ngoài việc xây bệ tượng đài còn thực hiện thêm việc lót gạch chung quanh sân khu vực tượng đài, cũng như gắn đá granit giá trị cao với chữ khắc và hoa văn công phu chung quanh bệ tượng, nhằm ghi ơn cụ Petrus Trương Vĩnh Ký và khắc tên lưu niệm các Thầy Cô, quý Ân nhân, Mạnh Thường Quân ở hai mặt bên bệ tượng đài.

Chi phí tổng cộng cho toàn bộ công trình tượng đài giờ chót đã lên đến 75.000 USD, vượt xa con số 60.000 USD dự trù ban đầu, do những công trình phụ trợ này. Nhờ được sự tin cậy và yểm trợ tài chính hào hiệp của quý Thầy Cô, quý Mạnh Thường Quân, quý Hội Đoàn và thân hữu khắp nơi trên thế giới, đặc biệt có cả các con cháu của cụ Petrus Trương Vĩnh Ký, từ Úc Châu, Âu Châu, từ Việt Nam, Nhật Bản, Đại Hàn, từ Canada, từ Mỹ và chính ngay tại địa phương San Jose, số tiền quyên góp đến nay đã lên đến con số gần 70.000 USD.

Nhóm Thiện Chí thiết tha kêu gọi quý Quan khách, quý Ân nhân và thân hữu nào có lòng hảo tâm, còn muốn đóng góp trong ngày khánh thành hôm nay, xin ủng hộ tài chánh bằng cách bỏ phong bì tiền mặt hoặc chi phiếu vào thùng quyên góp đặt tại bàn tiếp tân, hoặc chuyển khoản vào trương mục của Nhóm Thiện Chí.

Cũng nhân dịp này, đại diện anh em trong Nhóm Thiện Chí, em xin một lần nữa xin tri ân, cảm tạ quý Thầy Cô, quý Ân nhân, quý Hội Đoàn và cơ quan Truyền thông, quý Quan khách, quý Đồng hương, Anh Chị Em và Bạn bè thân hữu đã luôn quan tâm và yểm trợ vật chất cũng như tinh thần để tượng đài được viên thành ngày hôm nay.

Là một công trình lần đầu tiên thực hiện, các anh em trong Nhóm Thiện Chí và thân hữu là những người làm việc tự nguyện với nhưng ràng buộc do công việc thường nhật của mình, lại ở khắp nơi trên thế giới, nên trong việc tiến hành chắc chắn không tránh khỏi ít nhiều thiếu sót, xin quý Thầy Cô và quý Ân nhân niệm tình tha thứ.

Nhóm Thiện Chí luôn tâm niệm rằng công trình này là thành quả chung của cả cộng đồng, của tất cả những người từng tôn kính và trân trọng nhưng công lao và đóng góp của nhà văn hóa, nhà bác ngữ học Petrus Trương Vĩnh Ký ở Hải Ngoại cũng như từ Quốc Nội. Với ước mơ tiếp tục gìn giữ tinh thần Petrus Ký: ***"Gìn giữ đạo lý và văn hóa dân tộc, khai mở văn minh và canh tân đất nước"***, Nhóm Thiện Chí mong mỏi rồi

đây những công trình văn hóa, những tượng đài Petrus Ký cũng như những danh nhân văn hóa khác của Việt Nam, sẽ được xây dựng nhiều hơn nữa tại Hải Ngoại, để lại những dấu tích lịch sử cho con cháu mai sau, biết được di sản của mình mà ra sức bảo tồn ngôn ngữ và phát triển văn hoá cội nguồn.

Sau đúng mười năm thai nghén và thực hiện, giờ đây công trình Tượng Đài Petrus Ký đầu tiên tại Hải Ngoại đã được hoàn tất, với xiết bao mừng vui và hãnh diện. Cũng nhân dịp này Nhóm Thiện Chí xin chính thức kính chuyển giao tượng đài đến quý Soeurs của Trung tâm Giáo Dục La San tại San Jose. Xin cảm ơn quý Soeurs, ước mong rằng dưới sự chăm sóc và bảo quản của Quý Soeurs, công trình sẽ là một điểm son tại Trung tâm, để các em học sinh, quý vị phụ huynh cũng như tất cả khách viếng thăm từ khắp nơi, được thường xuyên nhìn ngắm, nhắc nhớ và noi gương một tài năng hiếm có của nước Việt, Nhà Bác Ngữ Học Petrus Trương Vĩnh Ký.

Xin chân thành cảm ơn Quý vị,

Thay mặt Nhóm Thiện Chí Xây Dựng Tượng Đài Petrus Ký Hải Ngoại

Trưởng nhóm: Trương Quí Hoàng Phương (Ph.D., Munich, Đức)
Phó nhóm: Trần Tam (Prof., Sydney, Úc)

Thành viên:
1) Gibert Trương Vĩnh Tống (cháu cố ông Trương Vĩnh Ký, Paris, Pháp): Đại diện dòng họ ông Trương Vĩnh Ký
2) Phạm Thế Trung (Điêu khắc gia, Toronto, Canada): Kỹ thuật & Xây dựng
3) Đàm Xuân Lộ (Linh Mục, Tokyo, Japan): Giám sát viên
4) Mây Lan (Sóng Việt Radio 1430 AM, San Jose): Hỗ trợ về Truyền thông
5) Donna Lê Đỗ Đoan Thùy (Do Le & Company CPA, San Jose): Giám sát viên
6) Nguyễn Quỳnh Ngọc (IT, Sacramento, trường Việt Ngữ Lạc Hồng): Thủ Quỹ
7) Bùi Hữu Liêm (CHS Petrus Ký, Trưởng Nhóm Đại Diện miền Bắc California)

Thư kêu gọi xây dựng
Tượng Đài Petrus Ký Hải Ngoại

Hải Ngoại, ngày 21 tháng 2 năm 2017

Kính thưa Quý vị,

Nhà bác ngữ học Trương Vĩnh Ký (thường gọi là Petrus Ký) là một nhà văn hóa lớn, một học giả uyên bác trên nhiều lãnh vực từ ngôn ngữ, lịch sử, địa lý, từ điển, dịch thuật đến văn hóa, giáo dục, xã hội, khảo cứu… được thế giới biết đến. Petrus Ký đã để lại một di sản đồ sộ cho nền văn học quốc ngữ buổi phôi thai. Ông cũng là một trong những nhà văn hóa tiên phong, cống hiến cả cuộc đời cho việc hình thành và phổ cập nền văn học quốc ngữ Việt Nam hiện đại.

Để tỏ lòng kính trọng những đóng góp của Ông cho nền văn hóa và văn học nước nhà, cách đây gần một trăm năm người dân Nam Kỳ đã hưởng ứng lời kêu gọi của nhà yêu nước Trần Chánh Chiếu, vận động quyên góp dựng tượng vinh tôn Ông ở trung tâm Sài Gòn. Cũng nhân dịp khánh thành bức tượng đồng ông Petrus Ký mặc áo dài, đầu đội khăn đóng (trang phục gắn liền suốt cuộc đời ông Petrus Ký) vào cuối năm 1927, một ngôi trường cổ kính và nổi tiếng tại Sài gòn đã được đặt tên Petrus Trương Vĩnh Ký.

Từ phải sang trái: Cựu Hiệu Trưởng Petrus Ký Trần văn Nhơn (San Jose), Ông Piero Mussi (President of Mussi Artworks Foundry& Gallery – Berkeley, California-USA) và ĐKG Phạm thế Trung đến từ Toronto, Canada.

Là một nhà trí thức có tinh thần tự trọng và tư tưởng độc lập, sinh ra và lớn lên trong bối cảnh giao thời của lịch sử, Petrus Ký đã trải qua bao thăng trầm từ lúc còn sinh thời đến mãi hơn một trăm năm sau khi Ông đã tạ thế. Sau biến cố 30 tháng 4 năm 1975, nhiều di tích tôn vinh Ông tiếc thay đã không tồn tại nữa.

Đã từ lâu các cựu giáo sư và học sinh trường Trung Học Petrus Trương Vĩnh Ký Sài Gòn (viết tắt là LPK), cùng thân hữu và những người kính trọng Ông, hằng mong ước dựng lại tượng đài Petrus Ký ở Hải Ngoại nhằm vinh tôn Ông, góp phần phục hồi lại danh dự cho một nhà văn hóa tên tuổi, có nhiều đóng góp và công trình giá trị cho văn hóa và văn học Việt Nam.

Tượng Đài Petrus Ký Hải Ngoại cũng sẽ là một công trình có ý nghĩa về văn hóa, giáo dục, đặc biệt là cho thế hệ trẻ Việt Nam tại Hải Ngoại noi gương hiếu học của nhà bác ngữ học Petrus Ký, cũng như để cộng đồng người Việt Hải Ngoại nói chung nhận biết được di sản của mình mà ra sức bảo tồn ngôn ngữ và phát triển văn hóa cội nguồn. Đối với các thầy cô và học sinh cũ của trường Petrus Ký nói riêng, Tượng Đài Petrus Ký Hải Ngoại còn là một nơi để dừng chân hoài niệm, nhớ về ngôi trường xưa với nhiều tình nghĩa Thầy trò sâu đậm.

Bức tượng toàn thân cao 7.5 feet (2,3 m) của nhà Bác Ngữ Học Petrus Trương Vĩnh Ký với dáng vóc và gương mặt của một nhà trí thức thông thái trong bộ quốc phục áo dài, khăn đóng, tay cầm quyển sách quốc ngữ tượng trưng cho việc quảng bá và phát triển về chữ quốc ngữ nói riêng và văn hoá Việt Nam cận đại nói chung, được điêu khắc gia Phạm Thế Trung (www.phamthetrung.com) tại Toronto, Canada, sáng tác bằng thạch cao đã lâu, nhưng chưa tìm được địa điểm phù hợp để xây dựng tượng đài với tượng đúc đồng đặt trên bục đá uy nghi.

Nay nhờ cơ duyên, được sự hỗ trợ của quý vị mạnh thường quân và được sự chấp thuận của quý Soeurs Dòng La San (La Salle Sisters), Tượng Đài Petrus Ký Hải Ngoại sẽ được đặt trong sân trường của Trung Tâm Giáo Dục La San (La Salle Community Center) số 248 Kirk Avenue, San Jose, CA 95127, USA. Trung Tâm Giáo Dục này do các Nữ Tu Dòng La San điều hành đã từng phục vụ Cộng Đồng người Việt Hải Ngoại trong hơn 20 năm qua và gần đây được xây mới lại. Việc đặt tượng đài trong một môi trường giáo dục rất đẹp, khang trang và uy nghiêm như Trung Tâm Giáo Dục La San, thật phù hợp cho mục đích vinh tôn nhà bác ngữ học Petrus Trương Vĩnh Ký, một nhà văn hóa lỗi lạc.

Chi phí dự trù cho việc thiết kế, đúc đồng tượng (hầu giữ được độ bền bỉ theo thời gian và phẩm chất của một tác phẩm nghệ thuật), vận chuyển, xây dựng và lắp đặt tượng đài là 60,000.00 USD. Việc hình thành và hoàn tất Tượng Đài Petrus Ký Hải Ngoại được đúc từ bản chính bằng thạch cao của Điêu Khắc Gia Phạm Thế Trung ra bằng đồng, hoàn tất, chuyển chở và lắp đặt tại khuôn viên Trung Tâm Giáo Dục La San (San Jose), sẽ do hãng đúc đồng Artworks Foundry (www.artworksfoundry.com) tại Berkekey, USA đảm trách.

Để tiến hành vận động quyên góp và xây dựng tượng đài, một Nhóm Thiện Chí Xây Dựng Tượng Đài Nhà Bác Ngữ Học Petrus Trương Vĩnh Ký cũng đã được thành lập, với thành phần nòng cốt là các cựu học sinh Petrus Ký tại Hải Ngoại, dưới sự cố vấn của các Thầy Cô Cựu Giáo Sư trường Trung Học Petrus Trương Vĩnh Ký Sài Gòn.

Nhóm Thiện Chí thiết tha kêu gọi sự ủng hộ của quý Thầy Cô và anh chị em cựu học sinh trường Trung Học Petrus Trương Vĩnh Ký, quý thân hữu cùng quý vị hằng quan tâm và tôn kính nhà văn hóa, nhà bác ngữ học Petrus Trương Vĩnh Ký. Xin hãy tiếp tay cùng Nhóm Thiện Chí vận động và phổ biến các thông tin về tiến trình quyên góp và xây dựng tượng đài trên trang nhà https://petruskymonument.wordpress.com đến các bạn bè, thân hữu gần xa. (Danh sách ủng hộ tài chính cũng sẽ được cập nhật tại đây).

Mọi ủng hộ tài chính check / money order / xin ghi rõ:

PETRUS KY MONUMENT (memo: XDTĐPKHN)

1) Gửi qua bưu điện:
PETRUS KY MONUMENT
3019 Senter Rd, San Jose, CA 95111 USA

2) Gửi qua PAYPAL: 

petruskymonumenthaingoai@gmail.com

3) Transfer thẳng vào tài khoản: PETRUS KY MONUMENT
Bank Name: WELLS FARGO BANK, N. A.
Account Number: 1753071586

4) Mọi thư từ liên lạc xin gởi đến
Email: petruskymonumenthaingoai@gmail.com

Để tỏ lòng tri ân quý vị đã đóng góp tài chính cho việc xây dựng Tượng Đài Petrus Ký Hải Ngoại, nhóm Thiện Chí xin khắc tên lưu niệm các vị mạnh thường quân ở hai mặt bên bệ tượng đài. Tuy nhiên vì số chỗ khắc tên có hạn, nhóm xin chỉ được khắc tên những vị có đóng góp từ 1000 USD trở lên.

Ước mong chương trình xây dựng Tượng Đài Petrus Ký Hải Ngoại nhận được nhiều sự hưởng ứng và quan tâm hỗ trợ của quý Thầy Cô và anh chị em cựu học sinh trường Trung Học Petrus Trương Vĩnh Ký, cùng quý thân hữu và quý mạnh thường quân có lòng, để tượng đài có thể sớm được hoàn tất nhân dịp kỷ niệm 180 năm ngày sinh nhật của nhà bác ngữ học Petrus Trương Vĩnh Ký (06.12.1837 – 01.09.1898).

Xin chân thành cảm ơn Quý vị,

Thay mặt Nhóm Thiện Chí Xây Dựng Tượng Đài Petrus Ký Hải Ngoại

Trưởng nhóm: Trương Quí Hoàng Phương (Ph.D., Munich, Đức)

Tâm Thư Hội Dòng Dõi Petrus Trương Vĩnh Ký

Kính thưa Quý Thầy Cô,

Kính thưa Quý Anh Chị Cựu Học Sinh Trường Trung Học Petrus Trương Vĩnh Ký Sài Gòn.

Tôi tên là *Gilbert Trương Vĩnh Tống*, sang Pháp năm 1962 lúc 11 tuổi, là cháu cố của cụ Petrus Trương Vĩnh Ký và là cháu nội của cụ *Nicolas Trương Vĩnh Tống* – con trai út của cụ Petrus Ký.

Thay mặt cho Hội Dòng Dõi Petrus Ký, tôi xin chân thành cảm ơn Quý Thầy Cô và các Anh Chị trong những năm vừa qua đã nhiệt tâm ủng hộ tài chánh giúp đỡ chúng tôi trong việc tu sửa lại nhà mồ và nhà thờ cụ Petrus Ký tại Chợ Quán (nay là Quận 5, góc đường Trần Hưng Đạo/ Trần Bình Trọng). Khu mộ của cụ Petrus Ký tuy những năm qua được chính quyền hiện tại công nhận là di tích của thành phố, nhưng mọi việc tu sửa bảo trì đều do con cháu cụ Petrus Ký tự lo liệu tài chính.

Ông Trương Vĩnh Tống (phải) và ông Phương Trương, trưởng Nhóm Thiện Chí xây dựng tượng Petrus Ký, Đức Quốc

Tại hải ngoại một số anh em cựu học sinh Petrus Ký cũng đã có thành ý xây dựng một Tượng Đài Petrus Ký Hải Ngoại trong khuôn viên Trung Tâm Giáo Dục La San tại San Jose để vinh tôn cụ Petrus Ký nhân dịp kỷ niệm 180 năm ngày sinh nhật cũng như nhân 120 năm ngày giỗ cụ Petrus Ký. Nhận thấy đây là một việc làm rất có ý nghĩa, và Trung Tâm Giáo Dục La San do các Nữ Tu Dòng La San điều hành đã từng phục vụ Cộng Đồng người Việt Hải Ngoại trong hơn 20 năm qua và gần đây được xây mới lại, là một môi trường giáo dục rất đẹp và trang nghiêm, thật phù hợp cho mục đích vinh tôn cụ Petrus Ký, và chúng tôi nghĩ là cũng phù hợp với chí nguyện của Cụ cả một đời cống hiến cho nền văn hóa giáo dục và văn học Quốc ngữ nước nhà. Vì vậy chúng tôi thành thật cảm ơn và tán dương nghĩa cử này và xin được làm một thành viên của Nhóm Thiện Chí Xây Dựng Tượng Đài Petrus Ký Hải Ngoại (XDTĐPKHN), để cùng chung vai góp sức cùng anh chị em trong việc làm ý nghĩa này.

Do *Hội Dòng Dõi Petrus Ký* của chúng tôi còn phải lo rất nhiều việc tương tế cho dòng họ tại quê nhà ở Cái Mơn cũng như tại Nhà thờ cụ Petrus Ký tại Chợ Quán/Sàigòn, chúng tôi hiện tại chỉ có thể tham gia vào việc XDTĐPKHN với ý nghĩa tinh thần là chính.

Chúng tôi rất mong Quý Thầy Cô, quý Anh Chị cựu học sinh và Quý Hội Ái Hữu Petrus Ký trên thế giới ủng hộ tinh thần và yểm trợ tài chính trong khả năng có thể, để giúp cho Nhóm Thiện Chí XDTĐPKHN – mà trong đó có bản thân tôi là một thành viên đại diện cho Hội Dòng Dõi Petrus Ký – sớm hoàn tất công trình này.

Xin chân thành cảm ơn Quý Thầy Cô và Quý Anh Chị

Bossy Saint Léger, ngày 19 tháng 5 năm 2017

Gilbert Trương Vĩnh Tống

Hội Dòng Dõi Petrus Ký

Thư Yểm Trợ Của Các Cựu GS Petrus Ký

Thầy Đỗ Quang Vinh (Ontario, Canada): "Tôi có đến Trung Tâm này mấy lần, Dòng Sư Huynh Lasan San Jose coi sóc các trường giáo lý Việt Ngữ tại đây mà trước đó tôi đã nhiều lần đến hướng dẫn sư phạm (làm work shop) cho các thầy cô giáo, khi ấy Frère Phong còn làm bề trên. Tôi nghĩ cuối cùng thì tượng đài Petrus Ký đặt tại nơi này là quá thích hợp, khác nào như đem trường Petrus Ký của Saigon năm xưa về đây vậy".

Thầy Lê Xuân Khoa (Irvine, California): "Về chuyện tượng đài Petrus Ký ở San Jose, CA, đây là một việc làm rất có ý nghĩa, em nên báo tin và thúc giục anh em PK các nơi ủng hộ, nhất là Hội AHPK ở Bắc và Nam California. Các cựu giáo sư cũng cần được thông báo để tham gia ủng hộ. Việc làm này càng cần thiết vì mới đây, một cuốn sách về nhà bác học Petrus Ký của tác giả Nguyễn đình Đầu, nhà nghiên cứu 90 tuổi rất có uy tín ở trong nước, bị cấm phát hành".

Thầy Trang Ngọc Nhơn (Pennsylvania): "Bấy lâu nay thầy vẫn mong có một chỗ xứng đáng để đặt tượng ông Petrus Ký. Em Trung ĐKG rất có lòng trong việc này, rất tiếc là các địa điểm trước không được phù hợp cho lắm nên thiếu sự ủng hộ. Thầy rất cảm động là em ở tận bên Đức xa xôi mà rất quan tâm đến việc đặt tượng và địa điểm Lasan em chọn rất là phù hợp. Thầy rất mong các em sẽ thành công trong lần này. Thầy cũng như tất cả các cựu giáo sư Petrus Ký khác rất ủng hộ việc làm của các em"

Thầy Trần Văn Nhơn (San Jose, nguyên Hiệu trưởng Petrus Ký): "Vấn đề xây tượng đài cụ Petrus Ký ở nước ngoài nói chung các thầy ai cũng ủng hộ nhất là nếu dựng tượng ở trường học nổi tiếng có tính cách lâu dài thì rất tốt .Tuy nhiên chỉ nói thôi chớ còn làm chỉ trông cậy vào các em mới có khả năng ví tụi nẩy bây giờ ai cũng trên 80 sức khỏe lại yếu lắm. Em thấy như Thầy Liêm cũng ủng hộ nhưng chưa làm gì đã bỏ tụi nẩy đi rồi. Hy vọng các em sẽ thành công".

Thầy Đặng Quốc Khánh (California): Trước hết, Thầy hết sức ủng hộ việc đặt tượng đài Petrus Ký tại hải ngoại. Thầy xin đóng góp một vài ý sau:

1) Tượng phải đặt tại một nơi đông đảo người Việt, và thuận tiện việc đi lại. Trước đây có ý kiến đặt tại Sacremento, Thầy cho là không thích hợp. Giờ đặt tại San Jose, Thầy thấy được, vì San Jose cũng là một nơi có nhiều người Việt và đông đảo cựu học sinh Petruc Ký, do đó việc chăm lo săn sóc cũng thuận tiện và dễ dàng.

2) Tượng đặt trong khu TT La San cũng có ý nghĩa hơn là đặt ở trung tâm thương mại.

Chúc việc đặt tượng Petrus Ký sớm trở thành hiện thực.

Cô Họa Sĩ Trương Thị Thịnh (San Jose, California): Cô luôn ủng hộ việc xây dựng các tượng đài văn hóa Việt Nam ở hải ngoại trong đó có tượng đài nhà bác ngữ học Petrus Ký vì cô từng được vinh hạnh dạy hội họa cho các học sinh trường trung học Petrus Ký Sài Gòn trong thập niên 1960. Chúc các em thành công trong dự án xây dựng tượng đài Petrus Ký tại trung tâm giáo dục La San, San Jose. Tuổi cao sức yếu, cô rất mong dự án sớm hoàn tất để cô có dịp tham dự trong ngày khánh thành.

Thầy Dương Ngọc Sum (California): "Thầy có gởi email cho Em Phạm Thế Trung để bày tỏ sự ủng hộ của Thầy, và động viên Em TRUNG lo xúc tiến kế hoạch dựng tượng. Nhờ Em chuyển lời Thầy Cô đến em Trần Tam và các bạn trẻ hoan nghênh sự năng động của các Bạn TRẺ so với equipe cũ già nua, TRONG ĐÓ CÓ THẦY.".

Thầy Hồ Văn Thái (Đức): "Thầy đã đọc email nầy và sẽ chuyển tiếp đến các cựu giáo sư và học sinh Petrus Ký cũng như các bạn bè để kêu gọi yểm trợ cho chương trình nầy của em được hoàn tất mỹ mãn."

Thầy Trần Ngọc Thái (Sunnyvale, California, nguyên Hiệu Trưởng Petrus Ký): Thầy lúc này tuổi đã cao hay quên trước quên sau. Cám ơn em đã nhắc thầy.

Thầy luôn luôn ủng hộ các em trong những việc làm chung cho cộng đồng Petrus Ký. Tiếc là vì lý do sức khỏe (thầy hay bị đau lưng phải nằm một chỗ) nên thời gian sau này thầy không thể đi lại gặp gỡ các bạn bè đồng nghiệp và các em cựu học sinh được. Thầy gởi lời thăm tất cả và mến chúc các em sớm thành công trong việc xây dựng tượng đài Petrus Ký Hải Ngoại.

Thầy Lê Tiến Đạt (California): "Tôi rất vui nhận được email riêng của anh cùng những info về việc xây tượng đài nhà bác học Petrus Ký. Dự án đã được nghiên cứu và soạn thảo từ nhiều năm nay với sự đóng góp ý kiến của nhiều người ủng hộ. Địa điểm xây dựng tượng đài được thiết kế tại Trung tâm giáo dục Lasan, thành phố San Jose rất thích hợp vì là nơi có đông đảo người Việt cư ngụ. Tôi thành thật chúc cho dự án sớm hoàn thành mỹ mãn và mong được cập nhật tin tức".

Thầy Bùi Vĩnh Lập (Sydney, Australia, nguyên Hiệu Trưởng Petrus Ký):

Thân gởi BXDTĐPKHN

Tôi rất vui mừng nhận được tin một tượng đài của ông Petrus Ký sẽ được dựng lên ở San Jose. Khi viết những dòng chữ nầy, tôi không có ý đề cập đến lý do tại sao ta ao ước có một Tượng đài Petrus Ký ở hải ngoại, tôi cũng không bàn về thiên tài của nhà bác học Petrus Ký, công lao của ông đối với nền văn hóa nước nhà cũng như tư cách của ông trong việc xử thế theo chiều hướng "đi với họ mà không theo họ", vì có rất nhiều học giả nói đến rồi. Tôi chỉ có một vài lời tâm tình với các em thuộc thế hệ trẻ trong tập thể Petrus Ký đang lo xây dựng tượng đài.

Các em thân mến,

Các em sẽ thành công trong việc thực hiện giấc mơ của các thành viên trong đại gia đình Petrus Ký, nhất là các bậc huynh trưởng của các em, có những người chưa thấy hoài bão của mình được thực hiện thì đã ra đi, người khác thì may mắn sẽ thấy được giấc mơ của mình thành sự thật và lấy đó làm vui trong tuổi xế chiều. Được vậy là nhờ lòng nhiệt huyết của các em, những người trẻ xuất thân từ trường Trung Học Petrus Trương Vĩnh Ký, dù xa quê hương nhưng bao giờ cũng nhớ đến cội nguồn.

Tôi được biết Hội Ái Hữu Petrus Ký Úc Châu đang vận động để ủng hộ các em trong việc xây dựng tượng đài. Tôi nghĩ trong Nhóm XDTĐPKHN cũng có những bạn không phải là cựu học sinh Petrus Ký, nhưng vì mến tài năng đức độ của nhà bác học Petrus Ký nên cùng nhau hợp tác xây dựng một tượng đài để nhớ đến công lao của ông đối với nền văn hóa nước nhà. Tôi cùng các bạn đồng nghiệp của tôi, cựu giáo sư Petrus Ký, rất ngưỡng mộ tinh thần hợp tác của các bạn để hoàn thành dự án đầy ý nghĩa nầy.

Tôi xin chúc Nhóm XDTĐPKHN được nhiều may mắn trên con đường tiến đến mục tiêu

Thân chào,
Bùi Vĩnh Lập

Thầy Phạm Xuân Ái (Antony – France): Thầy vừa nhận được thư của Phương gởi. Cám ơn đã không quên Thầy. Thầy thành thật chúc Phương và Nhóm Xây Dựng Tượng Đài Petrus Trương Vĩnh Ký thành công tốt đẹp. Sau đây Thầy xin gởi một đóng góp thật nhỏ nhoi (50Euro) ủng hộ nhóm xây dựng.

Thân chúc Phương và toàn thể gia đình luôn luôn dồi dào sức khỏe vạn sự tốt đẹp.

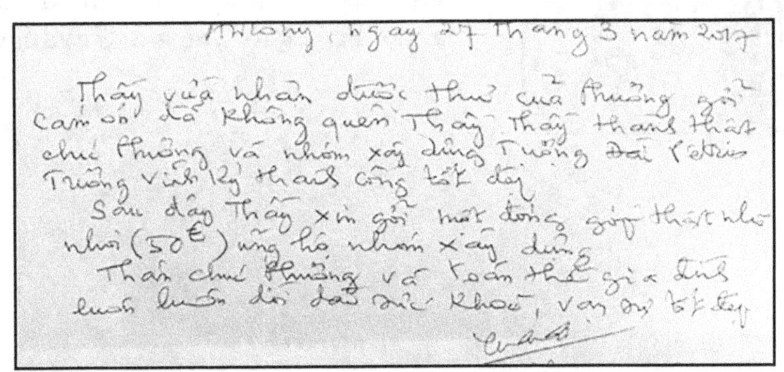

Thầy Nguyễn Văn Muôn (Oslo, Norway): "Thầy hết sức vui mừng vừa nhận được đầy đủ tin tức về việc XDTĐPKHN mà nhóm học sinh Petrus Ký trẻ của các em đang thực hiện. Thầy đã hết sức ngưỡng mộ khi đã được may mắn đọc qua tác phẩm "Petrus Ký, Nỗi oan thế kỷ" của nhà nghiên cứu Nguyễn đình Đầu và Thầy đã hết sức đau buồn khi nghe tin tác phẩm quý báu nầy đã bị thu hồi! Thầy nghĩ rằng sự hình thành tượng đài Petrus Ký ở hải ngoại ngay giữa lúc nầy, do sự đồng tâm nhất trí của các em cựu học sinh Petrus ký cùng với sự yểm trợ của tất cả Thầy Cô và tập thể Petrus Ký trên toàn thế giới đã nói lên một ý nghĩa vô cùng lớn lao mà Thầy cô hết lòng yểm trợ cho các Em.

Thầy cô cầu chúc ơn trên phò hộ cho công trình của các Em sớm thành công viên mãn".

Thầy Nguyễn Xuân Vinh (Toàn Phong Nguyễn Xuân Vinh – Huntington Beach, California):

Thân gửi anh Hoàng Phương,

Tôi rất mừng nhận được thư anh và thấy dự án Tượng Đài kỷ niệm nhà bác học Petrus Ký đang trên đà được thực hiện. Tôi được điêu khắc gia Phạm Thế Trung cho biết đã thực hiện tượng danh nhân từ nhiều năm trước và cũng đã có lần liên lạc với GS Đỗ Quang Vinh qua nhiều vấn đề văn hoá.

Viết thư này để anh biết là tôi sẽ vận động những người tôi quen biết để đóng góp vào quỹ xây dựng tượng đài và cũng sẽ liên lạc với nhóm Petrus Ký ở Nam và Bắc Cali để có những hoạt động thiết thực giúp cho nhóm xây dụng tượng đài chóng đạt đến kết quả. Bản thân cũng là nhà giáo và hoạt động cho văn hóa Việt Nam, xin gửi đến anh để đọc cho vui bài viết "Thiên Chức của Nhà Giáo", trích trong cuốn sách có đề như trên.

Thân mến,

GS Nguyễn Xuân Vinh

Thầy Trần An (dạy môn Toán tại Petrus Ký, hiện ở Sydney):

"Thầy già, hay quên, nghe tin các em đang gây quỹ xây dựng Tượng đài ông Petrus Ký, một việc ý nghĩa , đáng làm, nhờ em chuyển đến ban tổ chức …"

Trong hình Từ trái qua phải: Thầy Trần Thành Minh, Thầy Trần An, Thầy Trần văn Nhơn, Thầy Mạch Tứ Hải, tại Đại hội Petrus Ký Thế giới ở Sydney

Thư Chấp Thuận/Permission Letter

Nữ Tu La San – La Salle Sisters
3867 Silver Creek Road, San Jose, CA 95121
Tel: (408) 238-9351 / http://www.thelasallesisters.org

Dr. Truong Qui Hoang Phuong & Mrs. Do Thi Doan Thuy
The Petrus Ky Monument Overseas Committee
Address: c/o Mrs. Maylan Le
3019 Senter Road
San Jose, CA 95111

To Whom It May Concern:

The La Salle Sisters are happy and privileged that the Petrus Ky Monument Overseas Committee (PKMOC) has chosen La Salle Community Center to display Petrus Ky monument. This letter hereby permits the PKMOC to install the 7 ½ ft. monument of Petrus Ky within the La Salle Community Center located at 248 Kirk Ave., San Jose, CA 95127.

Sincerely,

Sister Theresa Thu Ha Nguyen, LS.S.
Provincial, La Salle Sisters

★ Địa diểm xây dựng Tượng Đài Petrus Ký Hải Ngoại tại Trung Tâm Giáo Dục La San (La Salle Community center), 248 Kirk Ave., San Jose, CA 95127 USA

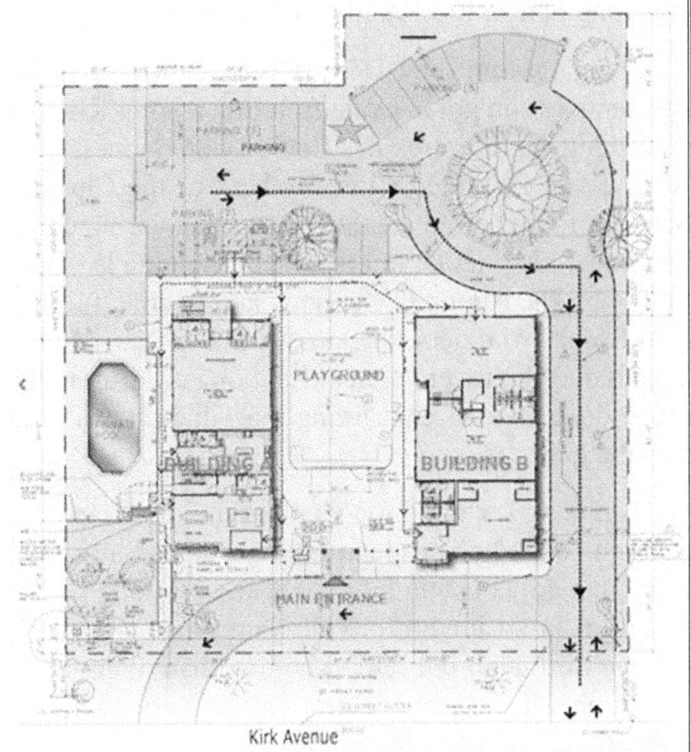

Tường Trình Buổi Gặp Gỡ Chính Thức Quý Soeurs & Frère La San, San Jose Về Việc Xúc Tiến Xây Dựng Tượng Đài Petrus Trương Vĩnh Ký tại Cơ Sở Trung Tâm Giáo Dục La San - La Salle Community Center

Vào lúc 5g chiều Thứ Bảy ngày 14 tháng 01 năm 2017 một buổi họp mặt đầu tiên để thảo luận việc xúc tiến xây dựng tượng đài Petrus Trương Vĩnh Ký tại San Jose được tổ chức tại phòng họp La San thuộc La Salle Community Center số 248 Kirk Ave San Jose CA 95127.

Buổi gặp gỡ gồm quí Soeur La San: Nữ Tu Theresa Nguyễn Sáng Claire, Nữ Tu Olivia Thanh Vũ, Nữ Tu Therère Đỗ Ánh Loan, Frere Nguyễn Văn An, Điêu Khắc Gia Phạm Thế Trung, XNV Mây Lan Sóng Việt Radio 1430AM và CHS Petrus Ký Nguyễn Mạnh Hồng.

Đây là bước đầu tiên nhằm bàn thảo những bước căn bản trong tiến trình xúc tiến xây dựng dự án tại trung tâm này.

Cũng nên sơ lược vài nét về Dòng La San:

Dòng La San (hay Dòng Lasan, Dòng Sư huynh La San; hay còn gọi là Dòng Anh Em Trường Kitô. tên theo tiếng Pháp Frères des Ecoles Chretiennes, tiếng Anh viết là Institute of the Brothers of the Christian Schools, tiếng Latinh viết là "Fratres Scholarum Christianarum" nên viết tắt là FSC, dịch sát nghĩa là "Dòng Sư huynh các trường Công giáo" là một dòng tu Công giáo Rôma với nhiệm vụ giáo dục là chủ yếu, đặc biệt là giáo dục cho trẻ em nghèo. Hệ thống các trường học thuộc dòng này có chất lượng giáo dục tốt nổi tiếng trên thế giới.

Tên dòng La San được viết từ tên vị sáng lập dòng là thánh Gioan La San (Jean-Baptiste de La Salle, tiếng Việt quen gọi là Gioan La San). Các tu sĩ dòng La San được gọi là sư huynh, ở Việt Nam nhiều người vẫn gọi các Sư huynh là Frère vì họ tuy khấn dòng nhưng không phải là linh mục. Dòng La San được thành lập năm 1680.

ĐKG Phạm Thế Trung trả lời những câu hỏi của Frère Nguyễn An và quí Soeur.

Từ trái sang phải: Soeur Ánh Loan, Soeur Sáng Nguyễn, Soeur Thanh Vũ, Mây Lan, ĐKG Phạm Thế Trung, Nguyễn Mạnh Hồng

Hình Bác Học Petrus Ký trên bìa sách "Petrus Ký - Nỗi Oan Thế Kỷ", tác giả Nguyễn Đình Đầu

Dòng La San được cho là tổ chức đầu tiên trên thế giới áp dụng những phương pháp sư phạm hiện đại, đặt lợi ích học sinh lên trên hết.

Do nhu cầu phát triển giáo dục đặc biệt cho tầng lớp trẻ em tiểu học tại Việt Nam, Dòng nữ La San được thành lập năm 1966, tại Sài Gòn, do các sư huynh tỉnh dòng La San Việt Nam thành lập. Mục đích là giáo dục nhân bản và Kitô cho trẻ em, đặc biệt giới trẻ nghèo. Hoạt động chính là dạy học.

Dựa trên đường hướng giáo dục của La San phù hợp với tinh thần phát huy và khai phá chữ quốc ngữ của nhà bác ngữ học Petrus Trương Vĩnh Ký, trong niềm mơ ước được dựng lại tượng đài để vinh danh ông của nhiều CHS Petrus Ký nên qua sự giới thiệu của CSH/PK Trương Quí Hoàng Phương hiện đang cư ngụ tại Đức Quốc, ban thiện chí đã có những email trao đổi, và ngày 14 tháng 1/ 2017 quí Soeur đã đồng ý cho mở cuộc họp đầu tiên để xúc tiến dự án này cũng là dự án xây tượng Petrus Ký đầu tiên ở hải ngoại (bức tượng đồng của ông đặt tại công viên Alexande De Rhode, Sài Gòn sau năm 1975 đã bị tháo dỡ, tượng hiện nay nằm ở Bảo Tàng Mỹ Thuật Thành Phố (Nhà chú Hỏa, 97 Phó Đức Chính). Còn đế thì có dạo thấy tại Bảo tàng thành phố (Dinh Gia Long, 65 Lý Tự Trọng).

Sau hơn một tiếng đồng hồ thảo luận về ý nghĩa việc đặt tượng Petrus Ký một biểu tượng về văn hóa giáo dục cho nhiều thế hệ miền nam VN cũng như duy trì và phát huy tinh thần giáo dục tại hải ngoại như TT La San đang làm, đồng thời trao đổi một số vấn đề về kỹ thuật, cảnh quan phù hợp, thời gian thực hiện dự án v.v… các câu hỏi của Frère An và quí Soeur về mẫu tượng, vật liệu, kích thước, độ bền bỉ, sự an toàn đã được ĐKG Phạm Thế Trung giải đáp thỏa đáng, mọi người đều tán thành đây là một dự án thích hợp và có ý nghĩa nếu được đặt ở TT La San, tuy nhiên vì vào dịp Tết quí Soeur còn rất bận, quyết định sau cùng cũng

như các văn bản cần các bên ký kết sẽ được tiến hành sau dịp Tết âm lịch 2017.

Sau buổi họp và trà đàm, tất cả được Frère An cùng quí Soeur hướng dẫn xem địa điểm để cùng góp ý cho việc đặt tượng Petrus Ký trong tương lai tại khuôn viên La San – San Jose.

Được biết trước cuộc họp đầu tiên với TT La San – San Jose một nhóm thiện chí XDTĐ Petrus Ký hải ngoại đã được thành lập danh sách gồm:

Trưởng nhóm: Trương Quí Hoàng Phương (Ph.D., Munich, Đức)

Phó nhóm: Trần Tam (Prof., Sydney, Úc)

Thành viên:

1) Gibert Trương Vĩnh Tống (cháu cố ông Trương Vĩnh Ký, Paris, Pháp): Đại diện dòng họ ông Trương Vĩnh Ký

2) Phạm Thế Trung (Điêu khắc gia, Toronto, Canada): Kỹ thuật & Xây dựng

3) Đàm Xuân Lộ (Linh Mục, Tokyo, Japan): Giám sát viên

4) Cô Mây Lan (Sóng Việt Radio 1430 AM, San Jose): Truyền thông

5) Lê Đỗ Đoan Thùy (Do Le & Company CPA, Jan Jose): Giám sát viên

6) Nguyễn Quỳnh Ngọc (IT, Sacramento, trường Việt Ngữ Lạc Hồng): Thủ Quỹ

Sau buổi họp này Trưởng ban là anh Trương Quí Hoàng Phương sẽ đại diện cho nhóm tiếp tục tiến hành những bước kế tiếp như: lập văn bản ký kết giữa các bên và xúc tiến việc gây quĩ.

Buổi họp kết thúc vào lúc 7g chiều cùng ngày.

Địa điểm XDTĐ Petrus Ký trong khuôn viên TT La San

Vinh Danh Trương Vĩnh Ký
Một Nhà Văn Hóa Lớn,
Một Nhà Bác Ngữ Học Lỗi Lạc

Xưa nay không ai phủ-nhận tư-cách và thiên-tài của Petrus Ký. Nhà bác-ngữ-học này quả là một nhà thông-thái, một nhà văn-hóa lớn so với các người đồng thời với ông ở Việt-Nam và ở Âu-Châu. Ông cũng là một nhà văn tiên-phong sáng giá nhất đã hiến cả cuộc đời cho việc hình-thành nền văn-học và văn-hóa Việt-Nam hiện-đại. Cho nên ngôi trường cổ kính lớn nhất tại Sàigòn đã mang tên ông, nơi đây đào tạo được biết bao nhân-tài. Tiếc thay sau biến cố 30 tháng 4 năm 1975, mọi di-tích vinh tôn ông đã bị huỷ diệt.

Nay việc dựng lại tượng đài Petrus Ký tại hải-ngoại nhằm vinh-tôn ông chính là để phục-hồi danh-dự cho ông, là để giới-thiệu với thế-giới, một học-giả có tên tuổi lớn của Việt-Nam. Chúng ta vinh-tôn ông cũng còn là nhắc nhở cho các thế-hệ trẻ nói chung, biết noi gương hiếu-học của ông, và những người Việt lưu-

vong nói riêng, nhận biết được di-sản của mình mà ra sức duy trì, bảo tồn ngôn-ngữ và văn hoá cội nguồn, ngõ hầu chia sẻ, tham-dự vào mọi sinh-hoạt của xã-hội mới, tích-cực và mau-mắn làm phong-phú nền đa văn-hoá của miền đất dung thân.

Đã lâu lắm, các cựu giáo sư và học sinh Trường Petrus Ký từ khi đặt chân nơi hải ngoại vẫn từng thao-thức ước nguyện thiết lập một tượng đài để vinh danh nhà học giả này

Chân dung Trương Vĩnh Ký qua nét vẽ của con rể ông là Nguyễn Hữu Nhiêu

"…Tuy hẳn nhiên không phải là người sáng-chế ra chữ Quốc-ngữ cũng không phải là người đầu tiên dùng thứ chữ này nhưng Petrus Ký đã dẫn đầu các nhà văn tiên-phong ra sức vượt mọi chướng-ngại giăng ra từ mọi phía khả-dĩ thúc đẩy nền văn-học Quốc-ngữ được "cất cánh" vào năm 1945."

Trong phương-trình dưới đây,

Đường = nt + M biểu-diễn:

> **Tương lai văn học quốc ngữ =**
> **nỗ lực xây dựng x thời gian + Nền móng phát triển**

    Đồ-thị chứng-minh vai trò của ông, một nhà văn tiên-phong dẫn đầu trong công cuộc xây dựng nền móng phát triển để hình thành và phổ cập nền văn học Quốc ngữ Việt Nam.

Chú-thích đồ-thị:

– RN: chữ Quốc -ngữ, thành-lập từ cuối thế-kỷ 16, chưa được sử-dụng rộng-rãi khắp cả nước, ban đầu chỉ là phương-tiện để dạy các thừa-sai và dịch các kinh sách trong đạo Thiên-Chúa.

– NO: Với tờ "Gia Định Báo" (1865) và những công- trình trước tác của ông, Petrus Ký trở thành một tên tuổi lỗi-lạc trong số các nhà văn tiên-phong dấn thân cho việc hình-thành nền văn-học chữ Quốc-ngữ, trong khi thứ chữ này lại bị chống đối từ mọi phía gồm giới sĩ- phu yêu nước bảo-thủ, các học-giả theo tân-trào, và ngay cả phe thực-dân.

– OP: Từ 1905, các sĩ-phu yêu nước đối lập nhìn nhận được những lợi-ích thiết-thực của Quốc-ngữ, đã lợi- dụng văn-tự này làm vũ-khí hữu-hiệu cổ-vũ các phong- trào cách-mạng, chữ Quốc-ngữ thành phổ-cập.

– PQ: Từ 1932, nhóm trí-thức lãnh-hội nền giáo-dục Âu- Tây, canh-tân nền văn-học Việt-Nam, ra mắt công- chúng những tác-phẩm của họ, mệnh-danh là nhóm Tự- Lực Văn-Đoàn, từ đó, khích-lệ và đẩy mạnh đà phát-triển cho văn-học Việt-Nam sang giai-đoạn cất cánh.

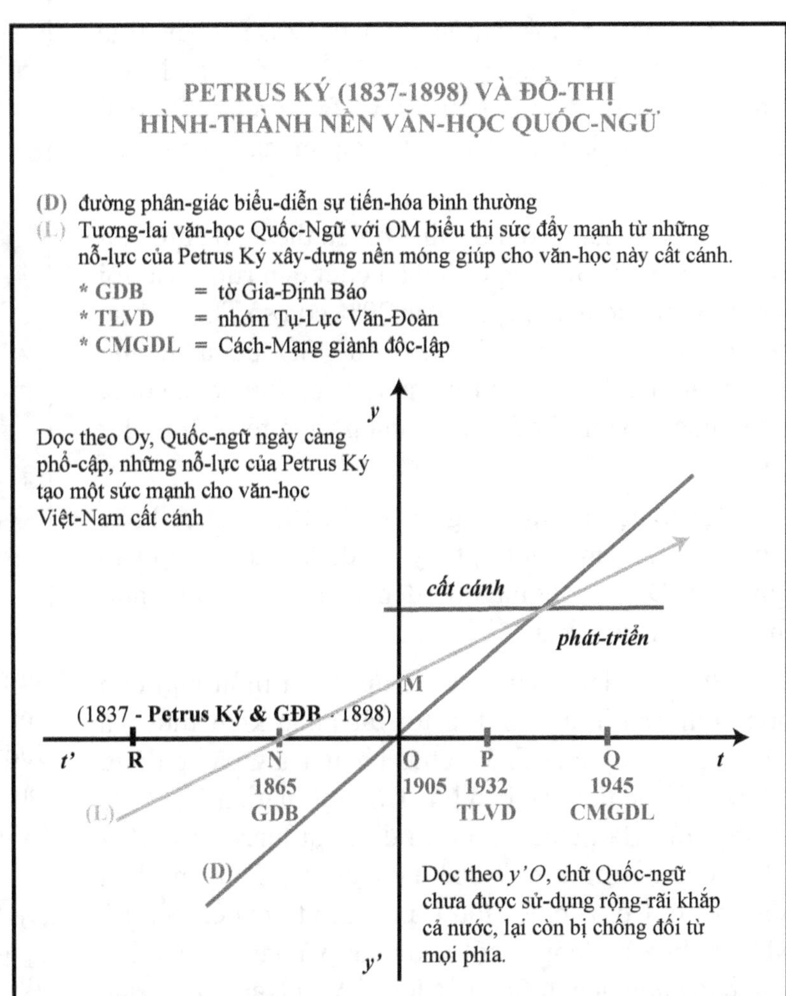

http://doquangvinhvenguon.com/uploads/3/4/8/2/34828795/petrus_ky_update_viet_newest.pdf

Giáo Sư Đỗ Quang Vinh

Nhớ về Thầy Tôn Thọ Giao

Trong ngày ra mắt Nhóm thiện chí XDTD Nhà Bác Ngữ học Petrus Ký tại San Jose, Thầy Trần Văn Nhơn cựu hiệu trưởng trường Petrus Ký ước lượng có 30,000 học sinh được đào tạo từ ngôi trường mang tên nhà bác học.

Biết bao Thầy Cô, học sinh nhiều thế hệ đã qua đời và biết bao người đang chờ thần chết đến rước, và tôi làm một tính toán khác, chỉ cần 20% con số Thầy Nhơn nói: 6,000 cựu HS mà đóng góp 10 USD tức là khoảng 200 ngàn tiền Việt Nam thì chúng ta có thu hoạch 60K USD hoàn thành dự án. Tuy nhiên thực tế không như vậy.

Một số học trò quyên góp 1000 USD là được khắc tên hầu vinh danh một vị thầy Cô đã khuất và góp vào quỹ XDTD, cái ý nghĩa nhớ đến Thầy Cô, bạn bè như thế thật là cảm động.

Học với Thầy Giao, môn địa lý là môn phụ cho học sinh ban Toán, nhưng tôi rất phục kiến thức và cách giảng dạy của Thầy, chắc chắn Thầy đã áp dụng để lèo lái con tàu đến bến bờ. Trong thời gian 1978 lúc phong trào Bán chính thức ra đi ào ạt nhưng Cao Ủy LHQ chưa có một quy chế Tỵ nạn cho Thuyền nhân Việt Nam. Có ba chiếc tàu Bán chính thức đến bến bờ Mã Lai bị xua đuổi bị cột vào nhau và đẩy ra biển lúc cơn bảo đang đến, một chiếc lọt về Việt Nam vùng Bạc Liêu- Cà Mau, một chiếc tàu trôi dạt qua Indonesia và một chuyến bị đắm tàu vì cơn bão. Thầy Giao bất hạnh có mặt trong chuyến tàu bị đắm. Theo lời kể của Thầy Sum thì Thầy Giao có báo mộng về cho vợ Thầy Sum cũng là Cô giáo của thầy Giao, là thầy lạnh lắm. Vợ chồng Thầy Sum là lễ cúng và từ đó không thấy Thầy Giao hiện về .

Tiếng vang thảm khốc của kiếp Thuyền Nhân làm Cao ủy LHQ cho thuyền nhân, bộ nhân quy chế tỵ nạn và có ngân khoản cho các nước sở tại vùng ĐNA nhân

Ô. Tôn-thọ-Giao (Khởi-đạo)

người vượt biên. Từ năm 79 và về sau, người vượt biên khi đến bến bờ nào đều tìm cách đục hư tàu vì sợ bị đuổi ra nhưng thực ra không cần thiết vì các Trại Tỵ nạn đã thành lập... và không có việc bị đuổi ra như trước.

Tôi kêu gọi các cựu học sinh Petrus Ký từng học với Thầy hay không dù ở đâu xin đóng góp, tấm lòng và tình Thầy trò là quan trọng. Cứ một người đóng 1 đồng thì có nhà bảo trợ bỏ vào 1 đồng, có người đóng góp 100 USD thì người đó bỏ vào 100 USD, có bạn ở Việt Nam bỏ đi một ly cà phê bắp 30K Đồng VN hay 50K thì nhà bảo trợ sẻ bỏ vào 30K hay 50K tiền VN, cứ thế cho đủ 1000 USD.

Công việc kêu gọi đóng góp khắc tên Thầy Giao hoàn tất cùng với việc hoàn thành xây dựng tượng đài nhà Bác Học Petrus Ký. Cầu mong Thầy được siêu thoát và các thầy cô đồng nghiệp và học trò đến thăm Tượng đài sẽ nhớ mãi đến Thầy Tôn Thọ Giao.

Bùi Hữu Liêm

Tường trình lễ động thổ xây dựng tượng đài Petrus Ký hải ngoại

Vào lúc 10g sáng Thứ Bảy 26 tháng 8 năm 2017, hơn 30 quan khách, đồng hương, các cơ quan truyền thông địa phương, thân hữu đã đến địa điểm xây dựng tượng đài nhà Bác Ngữ Học Petrus Trương Vĩnh Ký hải ngoại 248 Kirk Ave, San Jose để tham dự Lễ Động Thổ cho việc khởi công xây cất.

Sau nửa năm vận động kể từ khi được giấy phép của Trung Tâm Giáo Dục La San / La Salle Community Center; Nhóm Thiện Chí gồm những thành viên từ nhiều nơi đã làm việc ráo riết cho dự án được sớm thành hiện thực. Qua sự vận động tích cực và được sự hỗ trợ của cộng đồng, cựu giáo sư & cựu học sinh Petrus Ký, hậu duệ Petrus Ký và những người ngưỡng mộ, yêu quý nhà bác ngữ học Petrus Ký nên tính cho đến ngày động thổ hôm nay 26/08/2017 số tài chánh quyên góp đã được hơn $40,000 USD (nếu tính luôn số quyên góp từ thân hữu của Tiến Sĩ Mai Thanh Truyết và bảng khắc tên tưởng niệm CGS/PK Tôn Thọ Giao sẽ cập nhật trong vài ngày tới) tức là đã đi được 2/3 đoạn đường.

Trong lúc đón nhận tin tức về cơn bão Harvey đang hoành hành tàn phá vùng tiểu bang Texas, San Jose California hôm nay là một ngày nắng ấm tuyệt đẹp cho buổi tổ chức Lễ Động Thổ. Từ sáng sớm Ban Tổ Chức gồm thành viên Nhóm Thiện Chí San Jose với sự tiếp tay của anh Kim hội phụ huynh học sinh TT La San, anh Tuấn Phan CSV Lực Lượng Sĩ Quan Thủ Đức Bắc Cali đã có mặt để chuẩn bị dựng cờ, dựng bảng, sắp ghế, nước uống, cuốc xẻng … Đúng 10g sáng, Lễ Động Thổ được bắt đầu với nghi thức chào quốc kỳ và quốc ca VN do họa sĩ Phạm Bách Phi phụ trách. Sau đó anh Bùi Hữu Liêm đại diện NTC/SJ đã gửi lời chào mừng đến quan khách tham dự. Anh mở đầu bằng 1 tin vui với tấm chi phiếu $500USD của một cơ sở thương mại mạnh thường quân ủng hộ mà anh đã đến pick up check từ sáng sớm khi tiệm còn chưa mở cửa. Trong

Lễ chào quốc kỳ

lời chào mừng anh cũng chia xẻ một số chi tiết thú vị từ vị chủ nhân cơ sở này về danh nhân Petrus Ký mà anh dù là 1 chs Petrus Ký cũng chưa từng biết đến đó là công trạng lớn lao của cụ Petrus Ký trong việc khai phóng và phát triển nền quốc ngữ để trở thành ngôn ngữ phổ cập cho mọi tầng lớp từ trí thức cho đến bình dân, không những từ ngôn nói và cả chữ viết và từ đó chúng ta có một nền quốc ngữ như hiện nay để không còn lệ thuộc vào chữ Nôm chữ Hán với lối viết khó khăn (như chữ viết của người Nhật, Đại Hàn …hiện nay) Đây là công trạng lớn lao mà theo anh tất cả mọi người Việt Nam phải ghi ơn chứ không chỉ những cựu học sinh từng theo học trường Petrus Ký, hay người dân Cái Mơn Bến Tre quê hương của cụ mới có trách nhiệm bảo tồn và phát huy.

Sau đó các thành viên Donna Lê Đỗ Đoan Thùy cũng có phần báo cáo tài chánh và cám ơn các mạnh thường quân, ĐKG Phạm Thế Trung từ Canada đang có mặt tại San Jose cũng trình bày thêm về chi tiết kích thước vị trí bức tượng sẽ được đặt sau khi tượng đúc đồng được mang về.

Phần phát biểu cảm tưởng có CGS/PK Đào Kim Phụng, Kỹ Sư Nguyễn Tấn Thọ đại diện văn phòng TNS Janet Nguyễn, Soeur Ánh Loan TT La San, anh Bruce Huỳnh đại diện giới trẻ và cũng là phụ tá cho bà Phó Thị Trưởng San Jose kiêm nghị viên khu vực La San district 5 bà Carrasco. Đặc biệt anh Lê Văn Hải chủ tịch CLB Truyền Thông Báo Chí Bắc Cali & Chủ nhiệm Tuần Báo Mõ, một tờ báo lâu năm và mạnh nhất tại San Jose đã phát biểu đồng thời ghi nhận công lao của Petrus Ký trong công cuộc tiên phong nền báo chí VN qua tờ Gia Định Báo, anh nói rằng chính Petrus Ký là ông tổ của ngành báo chí VN cho nên trong việc xây dựng tượng đài Petrus Ký đầu tiên tại hải ngoại mà danh dự là tại San Jose thì anh em trong ngành báo chí tại đây có nhiệm vụ tiếp tay ủng hộ. Lời tuyên bố của anh là cho đến ngày khánh thành bức tượng (dự trù mùa hè 2018) nếu số tài chánh chưa quyên góp đủ anh sẽ là người đứng ra "bao chót" để làm sao bức tượng đồng toàn thân nhà bác ngữ học Petrus Trương Vĩnh Ký sẽ được uy nghi dựng lên để mọi người chiêm ngưỡng đã được tất cả vỗ tay hoan nghênh nhiệt liệt.

Trong phần chia xẻ cảm tưởng còn có chs PK Nguyễn Mạnh Hồng, người đã cùng với ĐKG Phạm Thế Trung có mặt trong các buổi họp, gặp gỡ, đưa đón Thầy Cô, thăm viếng hãng đúc đồng từ những ngày đầu tiên từ khi dự án thứ nhất ở Sacramento khi Thầy Nguyễn Thanh Liêm còn sinh thời được hình thành cho đến dự án thứ hai ở La San hiện nay.

Nhiều cựu học sinh Petrus Ký thuộc nhiều niên khóa kỳ cựu hay còn trẻ cũng có mặt trong buổi lễ động thổ hôm nay. Về phía truyền thông chúng tôi ghi nhận các cơ quan TV, Radio, báo chí như SBTN San Jose, Viet TV, VietFace TV, Calitoday TV, Radio 1430AM, Nàng Magazine, Thằng Mõ, cơ sở thi văn Lạc Việt … hiện diện và làm phóng sự phỏng vấn.

Sau cùng tất cả cùng lên đứng trước khu đất xây dựng tượng đài với cuốc xẻng để hoàn tất nghi thức động thổ. Buổi lễ kết thúc sau lời cảm tạ và hẹn gặp trong ngày khánh thành tượng đài nhà Bác Ngữ Học Petrus Trương Vĩnh Ký hải ngoại tại trung tâm này vào mùa hè 2018.

Sau đây là một số hình ảnh trong ngày Lễ Động Thổ Xây Dựng Tượng Đài Petrus Ký tại TT La San Thứ Bảy 26/08/2017

Photo by Trương Xuân Mẫn và Tuấn Phan

Phát biểu của Giáo sư Trần Huệ

Được dự buổi ra mắt Ban Thiện Chí Xây Dựng Tượng Đài của Miền Bắc Cali 15 tháng 7, 2017, tôi vừa cảm thấy hân hạnh, vừa học hỏi vừa hân hoan.

Hân hạnh vì đã được cùng tham dự với các cựu đồng nghiệp Trường Trung Học Petrus Trương Vĩnh Ký, với quí vị đồng hương quan tâm hăm hở bảo tồn và xây dựng văn hóa Việt Nam tốt đẹp; được cơ hội nghe biết con cháu của Giáo sư Trương Vĩnh Tống* (con trai út của Petrus Trương Vĩnh Ký, thầy dạy Pháp văn đáng kính của tôi ở Trường Trung Học Phan Thanh Giản Cần Thơ năm 1946) ở Pháp đang tích cực đứng trong Ban Thiện Chí; cũng như được học hỏi nhiều điều mới về Petrus Trương Vĩnh Ký, "người gìn giữ lửa cho tiếng nói Việt Nam" (trích nhà văn/nhà nghiên cứu Nguyễn Văn Sâm trong Chuyện Đời Xưa của Trương Vĩnh Ký, Những Điều Thú Vị, sách do Amazon vừa mới phát hành tháng 7, 2017).

Các vị lên phát biểu cùng các tài liệu được trưng dẫn đã giúp tôi học hỏi nhiều. Trước đây mình chỉ biết qua loa về Petrus Trương Vĩnh Ký về mặt văn hóa, thì nay được rõ Ông là một trong các vị tiên phong rất có công biên tập, đào luyện chữ Việt khiến cho tiếng Việt có thể dùng để viết văn, thứ nhất là văn xuôi là một lối văn mà xưa ta chưa có. Nhờ đó mà chúng ta, người Việt nói chung, và những người vong quốc nói riêng, đã có thể nhanh chóng học Pháp văn, Anh văn, và các ngữ văn khác trên thế giới đồng dạng ngữ học và vần la-tinh. Petrus Trương Vĩnh Ký có làm việc với Pháp nhưng không quên mình là người Việt Nam, cần cù làm việc bảo tồn Việt Nam, biết cách gìn giữ/phát huy ngôn ngữ Việt nam, tất cả vì một tương lai tươi sáng mà ai cũng thấy ở cuối đường hầm!

Ra về, lòng tôi hân hoan phấn khởi nhìn về tương lai, việc xây dựng tượng Petrus Trương Vĩnh Ký là một việc làm tưởng là nhỏ–dựng một tượng đài—nhưng lại là một việc rất lớn có tác dụng khôn lường — văn hóa, tinh thần, cổ võ, kêu gọi hùng hồn, nêu gương yêu nước, yêu con người Việt Nam, yêu độc lập nước nhà, yêu tự do, yêu dân quyền của con người trung nghĩa Petrus Trương Vĩnh Ký đời trước biết lấy cái hay cái mạnh của thế giới, gắng sức tìm phương cứu nạn cho dân tộc nước nhà. Dựng tượng đài nhân vật hiếm quý Petrus Trương Vĩnh Ký quả thật là một công tác không phải nhỏ, mà là hùng hồn! Đó khác nào lời Hịch Tướng Sĩ Văn, bài hịch xưa kia truyền cho tướng sĩ của Trần Quốc Tuấn (năm 1284, Trần Nhân Tôn). Lúc ấy Ông thống lãnh đánh nhau với quân Mông Cổ thua, phải lui về Vạn Kiếp, mở đầu lời Hịch với câu "Nay các ngươi trông thấy … nhục mà không biết lo, trông thấy quốc sỉ mà không biết thẹn … lấy việc trọi gà làm vui đùa … vui thú về vườn ruộng … nghĩ về lợi riêng mà quên việc nước … hoặc thích rượu ngon, hoặc mê tiếng hát." (Trần Trọng Kim dịch, Việt Nam Sử Lược) Và chúng ta ai cũng biết quân Nguyên sau đó đã đại bại như thế nào.

Thật vậy, với việc xây dựng tượng đài Petrus Trương Vĩnh Ký:

Ta đang xây giấc mộng vàng,
Sẽ xây dựng lại giang san ta hùng vĩ!

Chúc việc xây dựng thành công tốt đẹp với sự đóng góp nhiệt tình của các đồng hương của Petrus Trương Vĩnh Ký. Đây là Cơ Hội! Công sức chung quả là không ít đâu!

Trần Huệ

* Chú thích: Giáo sư Trương Vĩnh Tống mà thầy Trần Huệ nhắc là cụ Nicolas Trương Vĩnh Tống (1884-1974), con trai út của cụ Petrus Trương Vĩnh Ký.

Cảm tưởng của một
cựu học sinh Petrus Ký

Sáng nay dù trong người không khoẻ lắm, học trò vẫn cố gắng đến dự buổi lễ động thổ xây dựng tượng ông Petrus Trương Vĩnh Ký. Buổi lễ đơn giản mà đầy đủ, gọi là "theo phong cách Mỹ" có lẽ đúng. Đơn giản từ thư mời, có thể nói nó đơn giản hơn những tấm thiệp hồng nhà quê, không màu sắc, nhưng có đủ thông tin bạn cần. "Ma chê, Cưới trách" Người Mỹ không hay chê trách. Chúng tôi có thể chỉ cần ra Toà Thị Chính, hay Wedding Chapel của Las Vegas, là xong việc, và hét lên: "We did it!"

Hôm nay không phải một buổi lễ hoành tráng (may quá) nhưng lại có đủ "Quan viên hai họ". Có cựu học sinh, cựu giáo viên, có cả nhà báo, đài truyền hình, và cả đại diện của chính quyền địa phương – Bruce Huỳnh.

Anh chàng Bruce có mái tóc thật dài, trông còn nghệ sĩ hơn nhà điêu khắc gia tạc tượng Phạm Thế Trung. Mới đầu mình cứ tưởng chắc là nhân viên của đài "tàng" hình, hay phóng viên mới ra lò, hay tệ lắm chắc cũng là học trò của anh Trung? Bruce đến làm quen, có lẽ vì trò mặc áo mang phù hiệu của trường P. Trương Vĩnh Ký. Tốt nghiệp khoa học Chính Trị của Đại học Los Angeles, giờ Bruce là trợ lý cộng đồng của phó thị trưởng San Jose, Maddalena Carrasco, một phụ nữ gốc Mễ. Bố của Bruce cũng là cựu học sinh Pky, có kể cho chàng đôi chút về ngôi trường, nhưng Bruce chỉ mới thật sự quan tâm khi đến dự buổi lễ này. "Con sẽ về tự tìm hiểu thêm" chàng nói sau khi đã hỏi một lô câu hỏi với tôi. "Con đã không hiểu hết niềm tự hào của bố, mà hôm nay con thấy trên ngực của chú, và trong gương mặt của mọi người"

"Ông Petrus Trương Vĩnh Ký là ai?" câu hỏi đầu tiên của Bruce, có lẽ đã được anh Liêm giải thích một phần, dù rất nhỏ trong câu chuyện anh mang đến buổi lễ. Anh Liêm mang đến một lúc hai tin vui. Một là tấm check $500 của một bạn đạo mà cũng là bạn đời, cùng tên Liêm. Hai là, anh kể phần công lao của ông Petrus Trương Vĩnh Ký trong việc truyền bá chữ quốc ngữ, là thứ chữ viết bây giờ chúng ta đang dùng.

Công của ông chỗ nào? Trò hôm nay mới nghe lần đầu, thiệt là đã cái lỗ tai. Không phải vì lòng quý mến cảm phục đối với ông, nhưng vì cái mơ hồ của mắt xích bị mất nay đã hiểu ra.

Ai cũng biết công lao của nhà truyền giáo Alexandre

De Rhodes, hay cha Đắc Lộ. Có ai nhớ con đường nho nhỏ mang tên ông, gần dinh Độc Lập – là dinh Thống Nhất bây giờ? Cha Đắc Lộ có công hoàn chỉnh và in ra quyển tự điển Việt- Bồ Đào Nha- Ý đầu tiên tại Rome năm 1651, và quyển "Phép Giảng Tám Ngày", là hai quyển sách đầu tiên sử dụng chữ quốc ngữ. Bạn tưởng tượng nếu như không có kiểu chữ này, thì chữ viết của người Việt chúng ta vẫn vạch phết phẩy như những con lăng quăng, như chữ Hoa, chữ Korean, hay chữ của Nhật cổ. Chữ Tàu có khoảng 80.000 chữ, học mà biết hết cũng hao tốn nhiều tế bào thần kinh nhé.

Trung Quốc và học được tiếng của họ. Năm mười bốn tuổi, ông theo cha cố qua Penang, Mả Lai. Ông lại học được nhiều thứ ngôn ngữ khác cho đến năm hai mươi mốt tuổi, ông mới về quê hương. Thời gian theo ông Phan Thanh Giản đi sứ sang Pháp để làm thông ngôn, Ông có dịp qua Rome, và được Đức Giáo Hoàng ban tặng thêm hai quyển từ điển tiếng An Nam, trong đó chữ Quốc ngữ hoàn thiện hơn quyển của cha Đắc Lộ, Ông mang về Việt Nam để cho ra một thời kỳ mới của Việt ngữ.

Bạn có biết mãi đến năm 1869, nhà cầm quyền Pháp mới có công văn bắt buộc dùng chữ quốc ngữ trong các công văn, thay thế chữ nho, ở Nam Kỳ. Mãi đến năm 1910, Nha Học Chính mới giảng dạy chữ quốc ngữ ở Bắc Kỳ đấy nhé. Các bạn miền Nam có quyền hãnh diện vì (ông bà) mình biết đọc biết viết trước (ông bà) các bạn miền Bắc! Thế thì từ năm 1651 cho đến năm 1869, và rồi năm 1910, cái chữ của chúng ta ra sao? bạn có biết không? Bạn có biết ông Trương Vĩnh Ký là người sáng lập và là Tổng biên tập của tờ báo đầu tiên dùnn chữ quốc ngữ năm 1865?

Vậy thì như anh Hải của báo Thằng Mõ nói "Nói đến ông Petrus Ký, thì ai cũng quý trọng, cho nên việc dựng tượng cho ông là điều rất nên làm. Cho dù tôi không phải học sinh Petrus Ký, nhưng được tham gia là một vinh dự. Nếu đến thời hạn cuối mà các bạn chưa vận động đủ thì tôi xin bao chót".

Nghe mà đã thiệt. Công trình này sẽ hoàn thành khoảng hè năm sau. Lúc đó chúng ta sẽ có thể nói "We did it!"

Cho đến sáng nay, theo Lê Đỗ Đoan Thuỳ, chúng ta đã góp được 2/3 số tiền cần thiết. Các bạn nào chưa kịp tham gia thì hãy nhanh tay lên nhé!

CHS Hoàng Hải Ưng

Ông Trương Vĩnh Ký, sanh 1837, lúc đó chữ quốc ngữ chưa được truyền bá rộng rãi, chỉ dùng chủ yếu trong công việc truyền giáo, dịch thuật cho các cha ngoại quốc, cậu học trò sáng dạ đã được biết đến thứ chữ lạ lùng này cũng từ các cha cố, từ lúc mới tám tuổi (1845) rồi vào ở trong nhà giảng ở Cái Nhum năm chín tuổi, học thêm tiếng La tinh. Năm mười một tuổi, ông theo cố Hòa sang Cao Miên, rồi có dịp làm quen với những người bạn các nước Lào, Miên, Miến Điện

Bài nói chuyện của một CHS Petrus Ký

Thưa Quý khách kính mến và thân hữu,

Cùng tất cả ACE cựu học sinh Petrus Trương vĩnh Ký cùng có mặt hôm nay.

Buổi Ra Mắt thân mật ngày 15/7 vừa qua do Nhóm Thiện chí Xây dựng Tượng đài Nhà Bác Ngữ học Petrus Trương Vĩnh Ký, cũng xin nhắc qua về việc xây dựng tượng đài Petrus Ký ở Hoa Kỳ. Lúc còn sanh tiền, Cố GS Nguyễn Thanh Liêm, một cựu Hiệu trưởng trường LPK niên khóa 1964-1966, Ông cổ súy việc xây dựng tượng đài đã được hơn 20 năm qua, ngay sau khi một cựu học sinh LPK trẻ, Phạm Thế Trung (LPK 1967-72) ở Toronto, Canada điêu khắc và biểu cho Hội Ái hữu CHC LPK Nam Cali năm 1997.

Tiếp theo sau đó, ngày 26/8, tại Trung tâm La San, 248 Kirk Ave, San Jose, CA 95127, một Lễ động thổ cũng được tổ chức cùng với bức tượng bằng thạch cao do anh Phạm Thế Trung, một Cựu học sinh LPK mang từ Toronto qua.

Hiện tượng bằng thạch cao đang được giữ tại San Jose, và anh Trung đang đặt công ty đúc đồng và lắp ráp Mussi Artworks Fountre & Gallery, CA thực hiện. Dự án dự kiến hoàn tất và khánh thành vào năm 2018, nhân dịp ngày giỗ 1/9 hay ngày sinh 6/12 của Cụ.

Thưa Quý Quan khách,

Như vậy là hôm nay, ước mơ của Cố GS Nguyễn Thanh Liêm, đồng thời cũng là ước mơ của tất cả chúng ta đang có mặt tại hội trường này trở thành hiện thực. Điều nầy nói lên vinh dự dành cho một học trò Lycée Petrus Trương vĩnh Ký. MTT với tư cách một người con Việt sanh quán Hậu Nghĩa, phát biểu về một nhân vật của miền Nam Việt Nam, một tinh hoa ưu tú của dân tộc Việt Nam. Và, chúng ta lại có thêm một nơi thể hiện nét văn hóa lớn cho những người con Việt tại hải ngoại. Petrus Trương vĩnh Ký là một nhân tài sanh quán tại miền Nam của đất nước và dân tộc Việt Nam, tượng đặt trên lãnh thổ Hoa Kỳ là một nước đa chủng đa văn hóa biểu lộ giá trị tương kính. Trong khi, trong nước, sau 30/4/1975, tượng Petrus Ký ở công viên đường Alexandre de Rhodes đã bị gở bỏ và tượng bán thân nơi sân trường "bị" thay thế bằng tượng có tên "Lê hồng Phong".

Ngôi nhà của Bác học Petrus Ký ở Chợ Quán

Nói về Petrus Ký, tên chánh thức của Ông là Jean Baptiste Petrus Trương Vĩnh Ký, tự Sĩ Tải. Ông sanh ngày 6 tháng 12 năm 1837 tại Cái Mơn (làng Vĩnh Thành), tỉnh Vĩnh Long. Ông mất vào ngày 1 tháng 9 năm 1898 tại ngôi nhà của ông ở Chợ Quán, Saigon.

Ông nói lưu loát 27 thứ tiếng, viết được hơn 10 thứ tiếng, và viết hơn 100 tác phẩm (có tài liệu viết ông là tác giả 119 tác phẩm). Mỗi tác phẩm thể hiện một giá trị riêng biệt. Cùng người bạn là Đốc Phủ Sứ Paul Huỳnh Tịnh Của, ông sáng lập ra tờ Báo đầu tiên của cả nước Việt Nam vào năm 1865 (khởi đầu dưới tên một người công chức Pháp của phủ Toàn Quyền) và 4 năm sau, năm 1869, thì chính quyền Thuộc Địa chính thức chỉ định ông là Giám Đốc với Huỳnh Tịnh Của làm phụ tá.

Hầu hết tất cả các học sinh Việt Nam thời cuối thế kỷ 19 trở đi đều phải học Kim Vân Kiều với bản của học giả Bùi Kỷ và Trần Trọng Kim, nhưng ít ai biết **Trương Vĩnh Ký là người đầu tiên dịch Kim Vân Kiều ra chữ Quốc Ngữ.** Bản dịch đầu tiên, vô cùng quý giá này, còn giữ một bản tại Thư Viện Quốc Gia Pháp (Bibliothèque Francois Mitterrand) tại Paris XIII. Nói về sự nghiệp văn chương và văn hóa của Ông, chúng ta không quên nhắc đến tờ trình về "Chuyến Đi Bắc Kỳ Năm Ất Hợi" (Voyage au Tonkin en 1876 Ất Hợi) kể lại những gì đã xẩy ra khi Ông đi thanh tra ngoài Bắc. Chính tác phẩm này đã làm cho triều đình Huế thù ghét và coi Trương Vĩnh Ký là việt gian, bán linh hồn cho Pháp.

Sau đó, cuốn "Phép Lịch Sự An Nam" (Les convenances et les civilités Annamites) là một tác phẩm đầu tiên về Phong Tục Học được soạn thảo bằng chữ Quốc Ngữ "mới", và chữ quốc ngữ trong giai đoạn nầy được trau chuốt suôn sẽ hơn cấu trúc và cú pháp viết trong Gia Định báo. Ông cũng là một trong những người người sáng lập và biên khảo nòng cốt của tập San "Les Amis Du Vieux Huế" **(Đô Thành Hiếu Cổ – Những Người Bạn Của Cố Đô Huế),** một tập san vô cùng giá trị.

Trong 35 năm(1863-1898) Ông Petrus Ký đã cống hiến quá nhiều trong việc phổ biến chữ Quốc Ngữ cho đến cuối đời còn mắc nợ vì cho in quá nhiều sách tiếng Việt mà bán không được.

Thưa Quý vị,

Qua vài thí dụ điển hình trong hơn 100 tác phẩm để lại cho hậu thế, chúng ta thấy rằng **Petrus Trương Vĩnh Ký là một nhà ngữ học, một học giả, và là một nhà văn hóa lớn.** Với kiến thức uyên bác, năng khiếu thiên bẩm, cũng như trí nhớ siêu việt, Petrus Ký trở thành một hình ảnh nổi bật trong văn học sử Việt Nam. Và chính sự nghiệp đó phát sinh ra từ những buổi giao thời của một nền nho học sang tân học với chữ quốc ngữ được khai sinh từ các mẫu tự la tinh của Cố đạo Alexandre De Rhodes vào thế kỷ 17. Nhìn chung, có thể chia các tác phẩm của Petrus Trương Vĩnh Ký thành năm lãnh vực khác nhau: 1- Sưu tầm, 2- Dịch thuật, 3- Sáng tác (du ký, thơ…), 4- Khảo cứu, 5- Tự điển.

Các tác phẩm được nhiều người biết tới nhất khi Ông bước vào tuổi tam thập nhi lập và kéo dài tới tuổi ngũ thập tri thiên mệnh. Đây là thời kỳ cực thịnh nhứt của Ông. Có thể đan cử các tiêu biểu sau đây:

- Chuyện đời xưa (sưu tầm dân gian, 1866)
- Abrégé de Grammaire annamite (biên khảo, 1867),
- Cours pratique de Langue annamite (biên khảo, 1868),
- Mẹo luật dạy học tiếng Pha Lang Sa (biên khảo, 1869),
- Poème Kim Vân Kiều (dịch thuật, 1875),
- Petite cours de Géographie de la Basse Cochinchine (biên khảo, 1876),
- Kim Vân Kiều (phiên âm từ chữ Nôm)
- Đại Nam quốc sử diễn Ca (Phiên âm từ chữ Nôm, 1875)
- Alphabet quốc ngữ (biên khảo, 1876)
- Hai tác phẩm gắn liền ảnh hưởng tới sự nghiệp chánh trị của Ông là: Chuyến đi Bắc Kỳ năm Ất Hợi (du ký, 1876) và Cours d'Histoire annamite (biên khảo, 1875 – 1877).

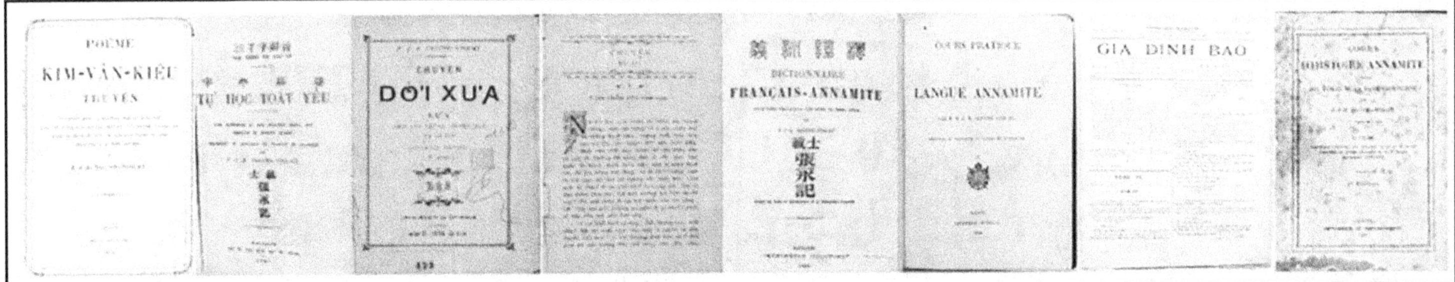

Thưa Quý Quan khách,

GS Nguyễn Thanh Liêm đã viết về Petrus Trương Vĩnh Ký như sau: **"Ông không có Cử nhân hay Tiến sĩ gì cả kể cà Tú tài. Ông không làm Thượng thơ hay Tổng đốc gì cả. Nhưng Ông có cái vốn kiến thức sâu xa rộng rãi hơn tất cả những người Việt Nam đồng thời với ông, nhứt là sự hiểu biết về phương pháp nghiên cứu khoa học của Tây phương, mà hầu hết những người trí thức Việt Nam thời bấy giờ chưa có. Cuộc đời hơn 30 năm viết lách của Ông quả thật là một cuộc đời tận tụy, miệt mài và công trình biên khảo trước tác của ông quả thật là một công trình hết sức quy mô đối với những người đi trước ông, đồng thờ với ông, hay tiếp nối theo ông."** (GS NT Liêm)

TRƯỜNG - TRUNG - HỌC
PETRUS TRƯƠNG-VĨNH-KÝ

(Ảnh chụp năm 1972)

Nơi Ông, chỉ còn vài lời cuối nói lên con người Petrus Trương Vĩnh Ký sau đây:

- *Tinh thần nhân bản, tổng hợp Đông Tây.*
- *Dân tộc như khai phóng.*
- *"Không phải cho tôi" – Sic vos non vobis*

Cũng có thể kết luận như sau: **"Cụ Petrus Trương Vĩnh Ký là người mang thông điệp cho người Việt Nam để hiểu người Pháp và văn minh Tây phương, cũng như để cho người Pháp hiểu người Việt hơn trong việc hội nhập và cảm thông giữa hai nguồn văn hóa khác nhau".**

Và xin mượn câu kết của Ông nói về Trương Lương:

"Đường tiến thoái như gương nhật nguyệt, bàn chi kẻ phải, người chăng, Nghĩ thủy chung vẹn ước sơn hà, mới biết mưu thậm cả."

Xin cám ơn Quý vị đã lắng nghe,

CHS Mai Thanh Truyết

Bài phát biểu của Cô Nguyễn Thị Phương ngày 22/10/2017 tại buổi lễ tường trình việc xây dựng tượng đài Petrus Trương Vĩnh Ký tại San Jose

Kính thưa Quý quan khách,

Cùng tất cả Anh chị em trong Nhóm Thiện Chí Xây Dựng Tượng Đài Petrus Ký,

Hôm nay tôi rất danh dự được có mặt tại hôm nay để tham dự Buổi tường trình các diễn biến về việc xây dựng tượng đài một nhà ngữ học, một nhà văn hóa Việt Nam có tầm vóc thế giới, nêu cao niềm hãnh diện cho dân tộc Việt Nam. Đó là Cụ Sĩ Tải Petrus Trương Vĩnh Ký.

Thưa Quý vị,

Nhà tôi, GS Nguyễn Thanh Liêm đã từng ấp ủ việc làm nầy từ hơn 20 năm qua cùng với vài đồng nghiệp trong ngành giáo dục trước năm 1975. Và hôm nay, chính các Em trong Nhóm đã thực hiện được ước mơ của người quá cố. Cô thành thật cám ơn các Em trong việc làm đầy ý nghĩa nầy cho cộng đồng người Việt ở hải ngoại và trong quốc nội.

Được biết việc xây dựng tượng đã diễn tiến qua việc vận động gây quỹ và thực hiện mô hình bằng thạch cao, cùng việc xây dựng bệ tượng ngay sau ngày

Cố Giáo Sư Nguyễn Thanh Liêm (Hình: petruskylhp.org)

Lễ động thổ ngày 26/8 năm nay. Tất cả xảy ra tuần tự không ồn ào nhưng đầy hiệu quả. Cô, xin thay mặt GS Nguyễn Thanh Liêm, thành thật cảm kích và khen ngợi đặc biệt sự hy sinh của một cựu học sinh trường Petrus Trương Vĩnh Ký, anh Phạm Thế Trung, từ Toronto, Canada. Em đã bỏ công sức và thời gian để tạc tượng bằng thạch cao và trực tiếp theo dõi việc xây dựng cũng như liên lạc và ký giao kèo với hãng đúc tại San Jose.

Việc làm nầy của em xứng đáng làm gương cho những cựu học sinh Petrus Ký của nhiều thế hệ trong quá khứ. Và GS Nguyễn Thanh Liêm chắc chắn sẽ rất vui nơi chín suối vì các môn đệ đã thực hiện giấc mơ của Thầy của các em.

Thành thật cám ơn sự hiện diện của Quý quan khách và thân hữu cùng đồng nghiệp đã hiện diện trong buổi lễ đầy ý nghĩa nầy.

Bà Quả phụ Nguyễn Thanh Liêm.

Bài viết của Nhà báo Lê Văn Hải

(Bài viết của Nhà Báo Lê Văn Hải, Chủ Nhiệm Chủ Bút Tuần Báo Mõ San Jose đồng thời là Chủ Tịch CLB Truyền Thông Bắc Cali và cũng là Chủ nhân CLB Mây Bốn Phương, San Jose CA)

Tin Vui: Thành Công Tuyệt Vời! Số Tài Chánh Cần 60 Ngàn Đô La Để Xây Dựng Tượng Đài Petrus Ký, Biểu Tượng Văn Hóa Của Người Việt, Đầu Tiên Đặt Tại San Jose, Đã Khóa Sổ! Con Số Ủng Hộ Trên Cả Dự Tính!

(San Jose) Chiều hôm qua, Chủ Nhật, ngày 22 tháng 01 năm 2017, lúc 2 giờ chiều, tại CLB MBP, Nhóm Thiện Chí Xây Dựng Tượng Đài Petrus Ký đã có một buổi sinh hoạt gây quỹ, tường trình công tác xây dựng và báo cáo tài chánh.

Một tiết mục rất độc đáo, đó là sự xuất hiện nhóm cháu, chắt của Nhà Bác Học Petrus Ký, đại diện nhóm, đã gởi lời cảm tạ đến những người có lòng đã góp tay xây dựng.

Ông Trương Vĩnh Thụy và con cháu.
Ông là cháu của Bác học Petrus Ký

Phần gây quỹ và phần tường trình tài chánh đã làm mọi người hiện diện vô cùng phấn khởi, con số ủng hộ tăng rất mau, nhất là con số từ 50 ngàn trở đi, cuối cùng đạt đến con số cần có, là 60 ngàn đô! đại diện nhóm, Anh Liêm, tuyên bố khóa sổ! mọi người ôm nhau, vỗ tay vui mừng! Công tác quyên góp tài chánh thành công quá tốt đẹp! Nhanh gọn ít khi nào thấy! Tưởng cũng cần nhắc lại, cách đây gần 2 tháng, trong ngày động thổ, lúc đó mới quyên được trên nửa đoạn đường, trên 30 ngàn, anh Lê Văn Hải đã hứa, nếu giờ cuối cùng còn thiếu, anh sẽ là người bao chót! Nhờ có lời hứa yên tâm như thế, mà tất cả anh em thiện chí đã yên lòng hoạt động.

Nhà bia kỷ niệm nơi sinh của Bác học
Trương Vĩnh Ký. Phía sau là
nhà thờ chính của họ đạo Cái Mơn
Nguồn: wi.wikipedia.org

Như vậy là chắc chắn San Jose lại có thêm một tượng đài, sau tượng đài Đức Thánh Trần. Chúc mừng Nhóm Thiện Chí, đã hoàn thành công tác nhanh gọn, hoàn hảo, thành công xuất sắc! Chúc mừng người Việt San Jose lại có thêm một tượng đài văn hóa nhiều ý nghĩa.

Kính thưa tất cả Quý Quan Khách hiện diện,

Trước nhất xin gởi lời khen ngợi nhiệt liệt nhất đến với "Nhóm Thiện Chí Xây Dựng Tượng Đài Petrus Ký" tại San Jose:

Đây là tượng đài biểu tượng văn hóa Việt đầu tiên của Người Việt Hải Ngoại, lại rất hãnh diện được đặt tại thành phố có đông Người Việt nhất ngoài Việt Nam.

Thưa Quý Vị,

Một văn hào đã nói: "Tự do là hơi thở của những sáng tác văn học." Dưới chế độ độc tài Cộng Sản VN, văn học, văn hóa bị bóp nghẹt, tàn phá những nét đẹp truyền thống không thương tiếc. Nên những sinh hoạt của Người Việt Hải ngoại, nhằm gìn giữ và phát huy văn hóa là điều rất cần thiết.

Tại sao Anh Em Báo Chí Truyền Thông Bắc Cali ủng hộ hết mình cho công tác này, riêng tôi, tất cả mọi sinh hoạt của "Nhóm Thiện Chí" tôi chưa bao giờ vắng mặt yểm trợ, ủng hộ.

Vì Nhà Bác Học Petrus Ký, ngoài biểu tượng Ông là một nhà văn hóa lớn, Ông *còn là, mà anh em truyền thông chúng tôi còn gọi, là "Ông Tổ" truyền thông của ngành báo chí Việt Nam.* Ông là người khai sinh tờ báo đầu tiên, đó là tờ Gia Định Báo.

Nên chuyện góp tay ủng hộ xây dựng tượng đài của Ông, là công tác chúng tôi thấy cần thiết phải làm, cần phải yểm trợ, chưa kể coi đó là bổn phận của anh chị em báo chí chúng tôi. Một "con én" khó thành công, nhưng với sự yểm trợ của rất nhiều người thiện chí, nhất là tất cả mọi người chúng ta, thì chắc chắn là thành công.

-Sau đây, còn có sự hiện diện của Anh Lê Bình, Câu Lạc Bộ Báo Chí, chúng tôi mạo muội đại diện Anh Chị Em truyền thông Bắc Cali, có món quà nhỏ, gởi đến "Nhóm Thiện Chí" như một lời hoan hô, cảm tạ sự dấn thân cho công tác thật ý nghĩa này, đó là một bình hoa và tấm chi phiếu yểm trợ của tôi là 1 ngàn đô la!

Xin chân thành cảm tạ của tất cả Quý Vị.

Bia kỷ niệm nơi sinh của Bác học
Trương Vĩnh Ký
Nguồn: wi.wikipedia.org

Phóng sự bằng hình
2 buổi gây quỹ tháng 10-2017

Ông Trương Vĩnh Thùy (trái), cháu cố của
bác học Trương Vĩnh Ký và CHS Mai Thuyết Truyết

Lá Thư Úc Châu

Trời lập đông chưa em, cho lủ dơi đi tìm chốn ngủ vùi.

Sydney đang vào đông. Gió lạnh kèm những cơn mưa rào … cùng những đêm trùm mền chập chờn coi các trận bóng đá World Cup.

Rồi theo những chú dơi ngủ gà gật những khi có thể ngủ được .. cho tới tuần qua, trong màn đêm đi cạnh bác sau một cuộc hội thảo nghề nghiệp, bác hỏi: "Lâu quá không gởi bài ..".

Nhìn bác rồi nhìn nhanh những vì sao lấp lánh trong bầu trời, nói nhẹ: "Em sẽ viết...".

Bác Vũ Ngọc Tấn, một cựu PK (và CVA), rời PK năm 1959, rồi trở thành một lương y như từ mẫu từ cuối thập niên 60′. Anh văn hay, y giỏi, hiền hậu và có tâm lành, luôn giúp đời giúp người. Gần 35 năm gần nhau, cố học những tính tốt của anh, những đức tính có lẽ phát sinh từ tinh thần hướng đạo, vai trò lương y …

Where do I begin!

Vẫn mong những ý trong những bài viết sẽ chia nhau tình đồng môn, tình người. Mười lăm năm nay, một đoạn đường khá dài, được biết những PK tâm huyết hoặc may mắn cùng đi với những PK hướng về thiện nguyện. Hành trình đẹp thật không một luyến tiếc.

Còn nhớ một ngày tháng giêng 2017, giáo sư Trần Tam từ phương xa gởi về: "Bạn hiền, mình chuẩn bị làm một việc cho PK mà những người có lòng với ngôi trường thân yêu đều thích, mong ước và hy vọng sẽ được ủng hộ…".

Thế là dự án xây dựng tượng đài của học giả Petrus Trương Vĩnh Ký tại San Jose USA ra đời.

Tuần qua Tam gởi tấm hình mới nhất, thấy được sàn và bệ tượng đã hình thành. Ngôi tượng chính thì đang được điêu khắc gia Phạm Thế Trung, một cựu học sinh PK "chải chuốt". Hy vọng sẽ "trình làng" nay mai.

Lòng thật vui với sự hình thành ngôi tượng, dù 18 tháng qua ban thiện chí xây dựng tượng đài đã gặp không ít những khó khăn. May thay vẫn có những thầy, bạn, ủng hộ viên cạnh bên …. Hình ảnh, YouTube của thầy Trần Văn Nhơn, thầy hiệu trưởng đứng vững vàng bên các cựu học sinh, thầy Trang Văn Nhơn "theo các em" từ đầu chí cuối, cô Thịnh, cô Phụng cùng những "tâm thư" của quý thầy, đẹp quá tình PK qua những người thầy, ngày xưa dạy dỗ ở trường, ngày nay dẫn dắt trên đường đời với tình yêu thương.

Và ở Úc Châu, câu nói của thầy Trần An vẫn vang mãi: ***"Thầy và Trò nên giữ mãi tình Petrus Ký …. vì mình chỉ có một ngôi trường để vươn lên"***… và anh Trần Văn Tường chạy đôn chạy đáo, tặng người này người nọ những ly in hình PK …. anh Tường, một đàn anh PK nay 82 tuổi, ước vọng: "Anh mong ngôi tượng PK hình thành ….và hy vọng ban thiện chí xây dựng tượng đài đủ tiền dựng tượng …". What a wonderful PK. Thank you anh Trần Văn Tường …

Mười tám tháng qua, là người ngoại cuộc, may có những emails chuyển đến, biết công sức của ban thiện chí xây dựng tượng đài PK tại SJ, xin cám ơn các thành viên của ban đã giúp cho nỗi oan thế kỷ được giải bày.

Một công trình lớn, không chỉ chi phí mà còn là một biểu tượng cho những ai từng bước qua cổng trường PK. Bravo ban thiện chí: "Donna Đoan Thuỳ,

Bác Truyết, Mây Lan, Hoàng Phương, Trần Tam, Hữu Liêm, Quỳnh Ngọc" …. I salute you all.

Và Mai Hoa & Tâm (SBS Sydney), your support is exceptional.

https://petruskymonument.wordpress.com/

Những khó khan... dù làm việc chung, làm thiện nguyện, có lẻ ai cũng gặp phải.

* * *

Cách hai tuần, trong một đại hội nghề nghiệp toàn quốc tại Hyatt Regency Sydney. Rất mừng khi gặp Tấn Quốc (anh Ái Quốc và Phú Quốc), Trọng Quang (em Phước Hải), Greg, Joanne, Peter, Julie Thân Trọng và Mai Phương trong số 120 đại biểu. Bận rộn với cuộc

sống ít gặp, nay bên nhau những bàn tay ấm nắm chặt.

Rồi bên ly cà phê ấm, gặp Bác Sĩ Tăng Văn Minh David. Giọng Minh vui buồn lẫn lộn: "Xong rồi anh, tuần qua "khai trương viện dưỡng lão người Việt" mừng ghê … 18 triệu đô rưỡi và nhiều năm thai nghén, xây dựng nay thành hình, tụi em vui lắm và chắc cộng đồng Việt Sydney cũng chia niềm vui với ban tổ chức. Một chặng đường dài cam go, nhiều ủng hộ của đồng bào, chính phủ, nhưng cũng có vài sự hiểu lầm, cần hiệu chính .. bây giờ mọi chuyện đều qua, tập trung điều hành và phát triển thêm nếu cần".

Chỉ nói thầm: "You did make the impossible possible, Dave", một Mái Ấm Mây Ngàn tại Smithfield, và lời cám ơn nồng nhiệt nhất đến ba đồng nghiệp Minh Tăng (PK), Hào Vũ (PK) Vinh Nguyễn (CVA) đã thành công trong một công trình lớn lao. Chỉ có tình thương và tình người không vụ lợi, đã đưa các bạn đến bến bờ …

http://www.avacs.com.au/

* * *

Có lẽ anh em đồng môn quê nhà may hơn. Mười

lăm năm qua, những công tác thiện nguyện đều thành công. Giúp quý thầy lúc bịnh hoạn, tuổi già, giúp bạn đồng môn gặp nạn, Mái Ấm Mây Ngàn, Mái Ấm An Lạc, nạn nhân thiên tai, quán cơm từ thiện Nụ Cười 7, Bến Sắn với Ngày Truyền Thống Bác Sĩ Bùi Vĩnh Nghiệp (hy vọng năm nay sẽ kết tình anh em với trại phong ĐẮK KIA hẻo lánh nằm trong rừng sâu Kon-Tum).

Không may sao được, khi những đồng môn từ bác Trần Hữu Chinh, Bác Sĩ Phan Hồng Hải, Võ Văn Ninh, Giáo Sư Lê Ngọc Thạch, Bích Lệ, Văn Hoa, Chiếu Nhiên, Văn Ấu, Ngọc, Cao, Thành Lộc, Minh Triết, Trí Bình, Hùng Sơn, Huỳnh Tài, Điền Sơn, Trúc Lam, Sen Lê, Phi Công, BS Chí Hải – Nguyễn Văn Bền, Minh Nghĩa cùng hàng trăm hàng ngàn đồng môn và các em học sinh trẻ, mồ hôi ướt đẫm nhưng nụ cười không tắt trên môi sẵn sàng giang rộng vòng tay ôm chặt những đồng hương kém may mắn…. không vụ lợi. Đẹp quá … xin cho anh em cựu học sinh PK tại Úc Châu góp một phần nhỏ trong hành trình thương yêu của các bạn nha.

* * *

Hai tháng trước, lần đầu ngồi cạnh bạn Hải Vương bên ly cà phê ở Cabramatta trong một sáng chủ nhật. Hải, chuyện ngắn chuyện dài rồi nhớ đến trường đến lớp thất tứ 9 của mình. Rời trường từ năm đệ tam, Hải vẫn nhớ bạn và những kỷ niệm tuổi học trò.

Khi lái xe về thì Hải gởi danh sách lớp mình qua message.

Có bao giờ "chơi và gặp" lớp thất 9 của Hải đâu, chỉ trừ Cẩu Xây, Thái Cao, Thái Thấp, Ngô Văn Thành thường đá banh chung ở sân Lam Sơn. Và 15 năm nay "quen" Mai Viết Kinh Luân, Hoàng Xuân Thành, Hoàng Anh Tùng và nghe nhiều về lớp của Luân, Hải, Tony …

Rồi bổ túc thêm trong danh sách Hải gởi.

Hải than: "Mình già rồi, trí nhớ mòn mỏi, ôm trong lòng những kỷ niệm đẹp tưởng suốt đời, nhưng khi nhớ lại thì một số tự nhiên phôi phai … ".

Hải than, nhưng Hải vẫn nhớ nhiều hơn người viết.

Tháng qua nhận một tấm hình đố gởi từ Sài Gòn. Không nhận ra!

Thì ra đó là bạn Trần Thiên Tài từ Mỹ về thăm quê hương.

Còn nhớ, những buổi chiều tan học, từ trường hay đi bộ cùng Thiên Tài về, từ Hồng Thập Tự, qua Nguyễn Thiện Thuật, quẹo Phan Đình Phùng, tới đường Bàn Cờ thì Tài vào nhà cạnh Kỳ Viên Tự …

Thế mà 53 năm sau không nhận ra người "bạn đường".

Hôm nay trong một ngày nghỉ hiếm hoi của mùa đông Sydney chợt đến lớp thất tứ 5 của PK 65-72, xin đi lại ….

Giải thưởng đá banh 1969 – Ngồi: Hà Văn Vương, Nguyễn Thế Hoà, Nguyễn Văn Lành, Phạm Bá Long Ẩn, Nguyễn Thành Danh, Thái Phạm Ngọc Hoan, Trần Thiên Tài – Đứng: Huỳnh Thăng Long, Trương Quốc Việt, Huỳnh Khánh, Lư Tắc Hoà, Huỳnh Ngọc Vân, Lê Lam Sơn.

Nếu các lớp khác đều có học trò ngoan, học trò giỏi, thì lớp của người viết, thất tứ 5... "thầy chạy". Còn nhớ Đinh Anh Tuấn Alex (con thầy Vĩnh) và Đặng Ngọc Châu (con thầy giám thị Đặng Văn Cơ), ngồi chưa ấm chỗ thì chuyển lớp ngay. Gặp Châu hỏi, sao đổi lớp, Châu trả lời: "Lớp mình phá quá, ông già tao sợ .." !!!☺☹😆

Xin gởi đến các bạn cùng lớp của tôi, nay ở mọi miền trên thế giới, những tên thân quen mà chúng mình thường nghe trong phút điểm danh trước khi buổi học bắt đầu …

Bắt đầu là danh sách các bạn vĩnh viễn ra đi ….

Nguyễn Hữu Khiêm (1969) Nguyễn Thế Hoà (1972), Nguyễn Thanh Liêm (1973), Đinh Quang Ngọc (1974), Nguyễn Tiến Điền (1974), Vương Hồng Thạch (!), Nguyễn Văn Hà (1998 !) , Đặng Ngọc Châu (sau 75), Trương Quốc Việt (sau 75).

Xin các bạn ngàn năm yên nghĩ.

Và thành phần còn lại của lớp, đa số giờ không biết ở đâu và ra sao. Chỉ mong bạn vui, khỏe với cuộc sống hiện tại.

"Long Ẩn, Ngọc Ẩn, Bỉnh Chương, Phú Cường, Thành Danh, Phú Du, Tấn Dũng (Raymond), Anh Dũng, Trí Dũng, Minh Dũng, Ngọc Định, Phước Hải, Văn Hiếu, Tắc Hoà, Ngọc Hoan, Khải Hoàn, Văn Hoàng, Mạnh Hùng, Huỳnh Khánh, Văn Kim, Văn Lành, Thanh Liêm, Thăng Long, Ngọc Minh, Thành Minh, Viên Minh, Lê Mộc, Văn Nam, Văn Phi, Lam Sơn, Thiên Tài, Văn Ten, Đình Thanh, Công Thành, Văn Tiến, Trung Tín, Đình Toàn, Ngọc Vân, Ngọc Vinh, Tấn Vĩnh, Quang Vĩnh, Văn Vương, Minh Vương, Đình Vượng, Văn Vượng, Văn Xinh, Châu Xuân."

…. Và dù là lớp "phá, chót bẹt" của khoá, lớp thất tứ 5, sau chặng đường 53 năm, trong số 55/56 học sinh vẫn "tạo" được những kỹ sư, bác sĩ , nha sĩ, chuyên viên thiết kế máy bay Boeing, du học sinh Colombo Plan, thầy giáo, doanh nhân, "đại gia" thành công.

Xin cám ơn trường.

* * *

Thái Phạm Ngọc Hoan (tiễn Nguyễn Thế Hoà 1972)

1969 bên tượng PK – Ngồi: Lành, Sơn, Dương Bỉnh Chương – Đứng 1 – Ẩn, Hoà, Hoan, Bùi Văn Nam. – Đứng 2 – Nguyễn Phú Du, Long, Toàn

Nếu không được gặp lại các bạn thất tứ 5, thì trong hơn 35 năm ở Úc đã may mắn gặp những đồng môn PK, và có thể là người đồng chí hướng, khiến cuộc sống bớt cô đơn, đường khuya vắng bớt lạnh lẽo.

Cám ơn Trần Tam, Vương Văn Hải, Mai Viết Kinh Luân, Từ Võ Cát, Phạm Văn Tín Peter, Phan Chi Hiệp, Mai Viết Thuỷ, Lê Phước Hải, Võ Trung Trực, Trần Quốc Nam, Trương Minh Công, Dương Xuân Phúc, Trương Minh Sang, Phạm Minh Mẫn, Trần Văn Tường, Hoàng Anh Tùng, Phạm Dũng Phillip, Phạm Viên Minh, Phạm Bá Long Ẩn, Ngô Công Thành và Đức, Trần Văn Ngữ, Lê Quốc Bửu, Tăng Văn Minh, Vũ Văn Hào, Vũ Ngọc Tấn, Phan Giang Sang, Nguyễn Hữu Lượng, Nguyễn Văn Long, Gerald Young (aka Nguyễn Văn Chính), Ngô Văn Thành, Nguyễn Năng Thiện, Lý Hồng Giang, Trần Phi Công, Vương Hồng Hải (USA), Trần Văn Bình, Trần Thế Nghiệp, Bùi Thế Mẫn, Đặng Thành Danh, Lã Anh Dũng, Trần Anh Toản, Trần Anh Tuấn, Trần Tài và Trần Phát Thành …….. dù tuổi đời có khác nhau, vẫn tình anh em đồng môn ngọt ngào ….

Tháng trước dự một buổi cơm tối đón Lý Hồng Giang, giọng Vương Văn Hải trầm xuống: "Tụi mình già hết cả rồi đã đi xa sáu bó, gần tới đích 70, giờ là lúc mình thương yêu nhau hơn …. cuộc đời đó có bao lâu mà hững hờ …".

Nghe Hải nói, rồi nhớ lại những câu nói tương tự của Tam … , cảm động quá, chỉ muốn ôm Hải và Tam vào lòng.

Ngày nào còn tình yêu thương của PK … ngày ấy anh em mình sẽ mãi mãi bên nhau. Chúng mình cùng nhau vun đắp các bạn nhé.

Xin chúc vạn an.

Nguyễn Văn Lành

Sĩ Tải tiên sinh trong bể hoạn

Chuyện là cách đây đúng 120 năm, tiên sinh từ giã cõi tạm trong bể hoạn, về một vùng viên miễn ngập những cỏ hoa lạc lối qua chữ nghĩa trong thế tục với cỏ xót xa đưa, cỏ xót xa người. Là kẻ hậu sinh, ngu phu chi tử tôi trộm thấy người trăm năm cũ một là văn kiến xúc tích sở kiến cao minh. Hai là những hình tượng của tiên sinh nét mặt mang nỗi u hoài thiên thu vạn cổ mà theo cụ Tiên Điền là ngã hữu thốn tâm vô dữ ngữ, diễn nôm là Ta có một tấc lòng không biết ngỏ cùng ai. Ba là tiên sinh có bút hiệu Sĩ Tải nghe nho phong sĩ khí quá lắm. Nên ngu phu chi tử tôi mạo muội thưa gửi với người trăm năm cũ là…tiên sinh. Tuy nhiên dòm khuôn mặt còn trẻ trung nên ngu phu chi tử tôi trộm vía sau lưng gọi tiên sinh là…ông. Thêm nữa tiên sinh có một thời là hàng xóm láng tỏi với ngu phu chi tử tôi ở số 53 Trần Bình Trọng, Chợ Quan nên ngu phu chi tử tôi gọi là…"ông", hay theo dòng văn với danh hiệu Petrus Ký .

Nhà thờ Chợ Quán là nhà thờ cổ nhất Sài Gòn và cũng là nhà thờ cổ nhất miền Nam, ở đây Petrus Ký làm đám cưới với bà Vương Thị Thọ người Chợ Quán. Nhà ông ở số 20 đường Trần Bình Trọng khi ông cáo lão về hưu năm 1890 cho đến cuối đời và ông mất tại đây năm 1898.

Năm 2016 về Sài Gòn, ngu phu chi tử tôi đi tìm ông nhưng không gặp, về lại đất Trích, ngu phu chi tử tôi búi bấn viết về nỗi niềm ngã hữu thốn tâm vô dữ ngữ, là ta có một tấc lòng không biết ngỏ cùng ai của ông có tựa đề Trương tiên sinh trong bể hoạn.

* * *

Đầu trở xuống cuống trở lên năm 54 di cư vào Nam ở Chợ Quán, ngu phu chi tử tôi ngày ngày dòm qua bên kia đường có căn nhà số 20 nhưng không biết ông là ai. Phải đợi đến tuổi lục tuần nhi nhĩ thuận, sa đà với chữ nghĩa làng văn, ngu phu chi tử tôi ở ra ông chính là người sáng lập tờ báo quốc ngữ đầu tiên mang tên là Gia Định Báo năm 1865, trong báo có Paulus Của và Trương Minh Ký.

Ghi chú 1: Trương Minh Ký là học trò Trương Vĩnh Ký, bút hiệu Thế Tải, sinh tại Gia Định. Ông hành văn mộc mạc như Trương Vĩnh Ký và Huỳnh Tịnh Của, chuyên dịch chữ Hán ra quốc ngữ trong Gia Định báo, Thông loại Khóa trình của Trương Vĩnh Ký .

Ghi chú 2: Paulus Của, tên thật Huỳnh Tịnh Của, bút hiệu Tịnh Trai, quê ở Đất Đỏ, Bà Rịa. Ông học trường công giáo Penang, Malaysia (cùng trường với Petrus Ký). Tác phẩm chính của ông là Đại Nam quốc âm tự vị, cuốn tự điển đầu tiên bằng tiếng Việt.

Năm 75, ở đất người với nỗi sầu viễn xứ của người di tản buồn, năm thỉnh mười thoảng, ngu phu chi tử tôi để hồn đi hoang thấy số ruồi, suốt đời ăn đậu ở nhờ, hết miền Nam đến đất Trích. Ngày là lá tháng là mây, một ngày ngu phu chi tử tôi bật ra bài viết Hành phương nam…qua đường không ai hay, lá vàng rơi trên giấy. Bởi không ai hay trong tâm thái hoài cố nhân với bất tri hà xứ thị hương nhân, ngu phu chi tử tôi đang bước theo những vết chim di của người đi mở cõi qua bài văn sử "Hành phương nam".

Sau này, trong cái tâm thái mỗi năm hoa đào nở lại nhớ cánh mai vàng của mảnh đất không mưa thì nắng. Ngu phu chi tử tôi viết bài văn sử "Hành phương nam" được thể ngược về năm 54, gia dĩ là Bắc kỳ đặc, trộm nghĩ nếu không có chúa Tiên Nguyễn Hoàng xuôi nam, thì chẳng có thẻo đất nào để ngu phu chi tử tôi có chỗ làm nơi chốn dung thân với những năm tháng xưa cũ u ẩn chiều lưu lạc, buồn viễn xứ khôn khuây. Nói cho ngay, với giải đất miền Nam và Nguyễn Hoàng, ngu phu chi tử tôi mang một món nợ khôn nguôi vì vậy mới có bài văn sử dài hơi dầy chữ.

Riêng Petrus Ký, ngu phu chi tử tôi nợ ông món nợ chữ nghĩa, vì không có ông, ngu phu chi tử tôi không có…chữ để như hôm nay đây ngồi bên bàn gõ, gõ như mõ sớm chuông chiều về người trăm năm cũ đã có công phát huy chữ quốc ngữ với tất cả tri ân và thành kính. Ngu phu chi tử tôi xin thành kính thắp nén hương lòng đến ông, người muôn năm cũ đất quê Cái Mơn, Bến Tre qua những năm tháng: 1837-1898.

* * *

Ngu phu chi tử tôi đốt lò hương cũ về ông bằng vào ngày về lại Sài Gòn năm 2016. :

"…Ngày mai về, chiều tối lọ mặt người, tôi (ngu phu chi tử tôi) nhờ thằng em cán ngố đưa về chốn cũ trong một chiều không có mây sao có mưa…Số là gần đây nghe nói quyển Petrus Trương Vĩnh Ký, nỗi oan của thế kỷ của ông Nguyễn Đình Đầu, dầy 615 trang, dự trù xuất bản năm 2017 thì phải? Lại nghe nói bức tượng Petrus Trương Vĩnh Ký đã rời bỏ đi thì phải? Bèn nói thằng em đi qua đường Thống Nhất.

Bỗng có cơn mưa bóng mây ập xuống, đất trời lất phất một màu sương khói nên tôi thấy thấp thoáng bóng ông trắng quá nhìn không ra ẩn hiện sau rặng cây. Trong giây phút hoài tưởng, tôi tâm sự vụn với thằng em nỗi "oan khiên" của ông là có công phát triển Quốc ngữ ở miền Nam, nhưng bị người miền Bắc kết tội thân Pháp như cụ Phan Thanh Giản. Nghe thủng rồi thằng em cán ngố bóp còi xe tin tin…"

Vắt qua năm 2018, vì hẻo chữ nên đành vay mượn những người viết đi trước…

"…Lúc sinh thời ông Thi (Trương Chánh Thi) hay nhắc đến Võ Trường Toản với những nể vì. Về Cái Mơn, ông Thi làm bạn là thầy đồ Học, người dậy hai con ông và ông gửi thầy hòm sách quý của mình nhờ giữ dùm, nếu ông có mệnh hệ gì (ông được triều đình cử đi phò tá đoàn sứ thần sang Cao Mên, rồi mất ở bên ấy) hãy giao lai hai con ông là Sửu và Ký. Năm Ký 8 tuổi, cha mất thật, Sửu đi học xa, bà Châu (Nguyễn Thị Châu) thấy con suốt ngày lui cui bên thùng sách mang về từ nhà thầy đồ Học. Bà hỏi con sách gì, Ký thưa đây là Nhất thiên tự, Tam thiên tự, Ngũ thiên tư mà Ký đã học sơ qua với thầy Học. Riêng cuốn Thánh kinh chắc là chữ La Tinh nên Ký chịu chết…

Ghi chú: Võ Trường Toản là ông tổ của nghề giáo miền Nam. Ông người Minh Hương sống thời chúa Nguyễn Ánh. Cụ Phan Thanh Giản khắc ghi trên văn bia ông: "Tiên sinh người Bình Dương, trước thọ nghiệp cùng ai chưa biết rõ. Chỉ biết sở học của tiên sinh đã tới bậc thầy, dày dặn, chất thật có thuật nghiệp thâm uyên thông đạt"

Giữa lúc ấy cố Tám tới Cái Mơn, bà Châu dẫn Ký ôm cả cuốn thánh kinh tới học cố Tám (tu sĩ Công giáo từng được ông Thi che giấu lúc nhà Nguyễn cấm đạo). Cố nghĩ phải dậy Ký 3 năm, ấy vậy mà chỉ 6 tháng sau Ký đọc được hết bộ thánh kinh. Vì hết chữ, cố dẫn Ký tới tu viện Cái Nhum để gửi gấm thừa Hòa (thừa sai người Pháp ở Paris tên Borelle). Cố Tám trình bày với thừa Hòa đang dậy Ký chữ La Tinh qua hai cuốn tự điển Việt-Bồ của giáo sĩ Gaspar d'Amaral và Việt-Bồ của giáo sĩ Francisco de Pina (1).

(1) Thừa sai Francisco de Pina người Bồ Đào Nha, không ít người coi ông là người đầu tiên sáng lập ra chữ Quốc ngữ. Francisco de Pina sinh năm 1585 đến Đàng Trong năm 1617 và chết đuối ở Quảng Nam năm 1625.

Một ngày có một người cao to vào nhà giảng bước tới bên Ký, tự giới thiệu giọng tiếng Việt lơ lớ là người Pháp tên Bouillevaux. Vừa lúc thừa Hòa đi tới cho Ký hay ông đây là cố Long đến nhà thờ Cái Mun học tiếng Việt với Ký. Ít lâu sau cố Tám mất, vừa lúc xảy ra cuộc nổi dậy của Lê Văn Khôi nên dân tình bất an. Tiếp đến sự hận thù lương giáo vì cuộc nổi dậy của Công giáo chống lại triều đình ở Trà Vinh, Sóc Trăng, An Giang, Kiên Giang. Thầy Hòa nói với cố Long đưa Ký qua Pinalu ở bên Cao Mên.

Năm 11 tuổi (1848), cố Long, người cai quản xứ đạo Pinalu lúc bấy giờ cho Ký theo học chủng viện Pinalu ở Phnom Penh đưa Ký qua Cao Mên. Pinalu vốn là khu rừng thốt nốt cạnh sông Mê-Kông cách Nam Vang 6 cây số. Khi chủng viện được dựng lên trong rừng hoang trở thành trung tâm truyền giáo của cả vùng Đông Nam Á. Ở đây, có các chủng sinh là người Cao Miên, Ai Lao, Thái Lan, Miến Điện. Ký lân la làm quen và rồi học luôn các thứ tiếng ấy. Đồng thời cố Long cậy cục từ La Mã gửi sang cho Ký một bộ sách 3 cuốn Tự điển Việt-Bồ-La (2), Văn phạm Việt ngữ, Phép giảng tám ngày của Alexander de Rhodes. Cố Long cho Ký hay biết, de Rhodes người Pháp đến Đà Nẵng năm 1624 học tiếng Việt suốt 25 năm để hoàn thành bộ sách này.

Năm 1645, de Rhodes bị kết án trảm quyết nhưng may mắn thoát chết và bị trục xuất cùng…mấy ngàn trang ghi chép của mình. Về lại La Mã, de Rhodes vận động đức Giáo hoàng Urbain thứ VIII cho "đúc chữ" in ba bộ sách này. Alexander de Rhodes mất tại Iran (Ba Tư), mộ chí nằm trong một nghĩa trang nằm ở ngoại ô của thành phố Esfahan. Nghĩa trang tên Rostam Gharibian của người công giáo Armenia tại Esfahan

* * *

Alexander de Rhodes và mộ phần tại Ba Tư

(2) Quyển Từ điển Việt- Bồ- La là thành quả của tập thể các giáo sĩ người Bồ Đào Nha Francisco de Pina, Gaspar de Amaral, Antonio Barbosa và người có công tập hợp, hệ thống lại thành cuốn từ điển nói trên là Alexandre de Rhodes.

Đủng đoảng thế nào chả biết nữa, hồi nhớ lại năm 2016, đi qua công viên đại lộ Thống Nhất xưa kia có tượng Petrus Ký lại không nhớ hàng xóm láng tỏi của ông là Alexander de Rhodes. Mà làm như có chung một dòng sinh mệnh, cả hai ông đây đều không còn có mặt trong cõi thế tục này nữa. Người anh em XHCN đổi tên de Rhodes khác gì ở phố cổ Hà Nội họ cũng đổi tên đường Phan Thanh Giản. Vì Viện trưởng viện sử học Trần Huy Liệu kết tội cụ Phan Thanh Giản theo Pháp nên sau khi điều nghiên kỹ càng bèn đổi tên là Thủ Khoa Huân, một người Nam Kỳ như cụ Phan nhưng chống Pháp. Tuy nhiên sau này vì lý do "nhạy cảm" và "tế nhị" nào đó, người anh em XHCN lại "phục hồi" tên đường…Alexander de Rhodes. Và dựng lại… tượng Petus Ký.

Ghi chú: Thủ Khoa Huân tên thật là Nguyễn Hữu Huân quê ở Định Tường. Ông cùng nghĩa binh chống Pháp. Năm 1861, ông bị bắt và bị hành quyết khi ông 46 tuổi

Thủ Khoa Huân

Tượng Bác học Trương Vĩnh Ký trong khuôn
viên Đại chủng viện Thánh Giuse, Sài gòn

Ừ thì cũng nên quay quả trở lại với ông những năm tháng học đạo.

"…Ký sửng sốt đúng vào ngày bãi khóa: Ký, chủng sinh xuất sắc nhất được giáo hội cho đi học trường đạo Dulalma ở Penang. Một tuần trước khi đi Ký lấy tay võ vào trán: Mẹ dặn cố đi tìm mộ cha. Vậy mà đã hai lần, Ký và vài anh bạn bản xứ đi Nam Vang, dò hỏi, tìm kiếm nhưng chẳng thấy đâu.

Ban đầu, đoàn chủng sinh gồm ba người được cố Long dẫn đi theo đường bộ. Sau hôm cõng Ký (vì nhỏ nhất) vượt sông Cổ Chiên nhưng rồi đoàn bị lạc giữa rừng hoang. Chiều xuống, cố Long lên cơn sốt, Ký dìu cố vào cái lều rách, cố đang run lập cập, răng gõ lốc cốc, may quá có người thợ rừng chui vào lều cho cái cúi rơm, đống lửa được nhen, cố Long đỡ run, đỡ rên hừ hừ. Hôm sau đi tiếp lại gặp bão ở Biển Hồ, nên phải trở về Sài Gòn để xuống tàu thủy qua Penang.

Thừa sai Lefebvre ra tận bến tàu đoàn đoàn chủng sinh từ Cao Mên sang

Ký lại được gửi vào trường đạo Dulalma ở Penang (đây là một hòn đảo nhỏ trên vùng biển Hạ Châu, tức Nam Dương, nay thuộc Malaysia, người Anh mua hòn đảo này). Trong khoảng thời gian theo học tại đây, ông học thêm các thứ tiếng khác, như: Ấn Độ, Anh, Tây Ban Nha, Mã Lai, Nhật Bản. (3)

(3) Có nguồn ghi chép Trương Vĩnh Ký biết 17 thứ tiếng, nguồn khác tới 28 thứ tiếng. Tuy nhiên theo bản tự khai lý lịch với người Pháp, ông cho hay chỉ thông thạo 7 ngôn ngữ, còn những tiếng khác, ông chỉ biết chút ít.

Năm 21 tuổi (1858), Ký học xong và về quê đúng vào lúc mẹ ông qua đời. Lúc ông về Cái Mơn, cũng là lúc Pháp đem quân đánh chiếm Đà Nẵng (1858). Vì thế, việc cấm đạo Công giáo cũng diễn ra gay gắt hơn. Lúc này tu viện Cái Nhum được cất lên Thừa Hòa (người Pháp tên Borelle) tổ chức lớp học tiếng La Tinh, tiếng Pháp để ông dậy. Một bữa thừa Hòa hỏi đang tính làm gì, ông trả lời đang ghi lại những chuyện đời xưa.

Trên con đường văn học, tác phẩm đầu tiên của ông là Chuyện đời xưa lựa nhón lấy những chuyện hay và có ích (4) viết năm 1860, tức hai năm sau về Cái Mơn. Ông tiếp tục tục sáng tác cho đến cuối đời gồm 118 tác phẩm đủ loại thể tài nên ông được bầu vào một trong 18 văn hào của thế giới. (5)

(4) Phải đợi đến năm 1866, năm quyển "Chuyện đời xưa…" của Trương Vĩnh Ký ra đời, chữ quốc ngữ mới được phổ biến với mục đích truyền bá chữ Việt cho người Việt. Như vậy, từ khi manh nha cho đến khi được dùng làm văn tự chính thức, chữ quốc ngữ phải trải qua một thời gian trên hai thế kỷ rưỡi để hoàn thiện cấu trúc tự dạng. Lấy ngắn nuôi dài thì với Trương Vĩnh Ký, Paulus Của, Nguyễn Chánh Sắc văn học miền Nam đã đi trước văn học miền Bắc với Phạm Quỳnh, Nguyễn Văn Vĩnh. Như Phạm Quỳnh đã nói: "Báo giới trong Nam Kỳ phát triển lắm, phát đạt hơn ngoài Bắc nhiều" hoặc "Nghề làm sách ở Nam Kỳ cũng thịnh lắm, có phần lại thịnh hơn nghề làm báo nhiều".

(5) Thực ra hội "Savants du Monde", là tên gọi khoa trương, là một hội tự lập mang tính giao lưu cá nhân của 18 nhà khoa học, văn học Pháp do người Pháp lập ra mà thôi.

Trong tình trạng cấm đạo, ở tu viện, học trò tai nghe thầy giảng, tay ghi chép, hễ nghe ám hiệu là quơ vội vàng giấy mực…chạy. Chạy bán sống bán chết. Nhưng không ai ngờ, một đêm, tu viện Cái Nhum bốc cháy, nhà thờ Cái Mơn bị đốt. ông hiểu tình hình không yên, mà không yên thật, không kịp thu vén vài bộ quần áo, cũng như tiền nong, ông tung cửa chạy thoát thân… Ông cũng không biết mình chạy đi đâu, chỉ biết chạy cho nhanh ra khỏi Cái Mơn. Theo bờ ruộng, bờ mương, bờ xẻo, ông chạy. Khi dừng lại vì mệt, ông quay lại về phía nhà mình thì thấy nơi ấy là một vùng lửa cao ngùn ngụt.

Trên đường chạy ông gặp Chín Ngơi, thân binh của thầy ông hồi xưa. Chín Ngơi đưa ông về Chợ Quán, khi ấy sông ngòi chằng chịt, nhà cửa lôi thôi sập sệ ấy vậy mà có một nhà thờ lớn xây theo kiểu Tây phương. Và không ngờ ông gặp cha Lefebvre ở nhà thờ này với những ngẫu nhiên với ngẫu sự:

Ngẫu sự thứ nhất ông đang khốn đốn, lạ chân lạ nước thì được cha Lefebvre giới thiệu làm thông ngôn cho trung tá hải quân Jean Bernard Jaureguiberry. Ông nhận việc ngày 1-1-1861 tới ngày 21-5-1861. (Qua thư thủ bút của Ariès gửi cho đô đốc Bonard xác nhận ông chỉ làm thông ngôn mấy tháng rồi thôi)

Ngẫu sự thứ hai, sau khi nghỉ việc một tuần, ngày 6-6-1861, ông làm lễ thành hôn với bà Vương Thị Thọ (con gái ông Vương Tấn Ngươn, hương chủ làng Nhơn Giang (Chợ Quán) do linh mục Đoan họ đạo Nhơn Giang mối mai.

* * *

Con đường hoạn lộ của ông với tiếng ong tiếng ve bắt đầu từ đây. Phán quan từ Bắc chí Nam đầy đủ cả, để trung dung, ngu phu chi tử tôi xen kẽ vào một người làm văn học ở ngoài luồng, ngoài nước vì ông tên Dung…

Đầu trở xuống cuống trở lên những bài viết hè nhau "đập" Petrus Ký, tất cả do chỉ thị từ tạp chí "Nghiên cứu Lịch sử" ở Hà Nội, xin trích dẫn:

"…Hiện nay, chúng tôi đã nhận được nhiều bài của các bạn tham gia tích cực vào cuộc bình luận Trương Vĩnh Ký, rất hoan nghênh sự sốt sắng của quý bạn.

Một điều xin các bạn chú ý là: trong những bài viết, các bạn không nên trích dẫn lại những tài liệu mà chúng tôi đã cung cấp để các bạn tham khảo đăng trong tạp chí Nghiên cứu Lịch sử số 56 tháng 11-1963…"

Nói chung những bài viết của "các bạn tham gia tích cực" đều dài dằng dặc cả chục trang và tựa đề dài ngoằng ngoằng đọc mệt nghỉ như: Tìm hiểu thực chất vấn đề Trương Vĩnh Ký trong lịch sử Việt Nam của Mai Hạnh

"…Trong lịch sử cận đại Việt Nam, ngoài Nguyễn Trường Tộ, Lưu Vĩnh Phúc (sic), Phan Thanh Giản đã được tạp chí Nghiên cứu Lịch sử nêu ra tranh luận cực kỳ sôi nổi, một nhân vật lịch sử nữa khá phức tạp được đề ra lần này: Trương Vĩnh Ký…

Những hoạt động văn hóa của Trương Vĩnh Ký quả thực phong phú và phức tạp đến độ có thể dẫn dắt chúng ta đến một nhận định mơ hồ về bản chất của chúng. Đó là điều mà không những những nhà nghiên cứu lịch sử thiếu quan điểm duy vật về lịch sử có thể lầm lẫn, mà ngay cả trong chúng ta cũng có người (6) chỉ nhìn thấy một khía cạnh của vấn đề, hoặc chỉ nhìn thấy hiện tượng mà không nhìn thấy bản chất…"

(6) Người anh em XHCN lụm cụm "ngay trong chúng ta có người chỉ nhìn thấy"…thì người đây là nhà ngữ học lão thành, đứng hàng đầu của miền Bắc: cụ Cao Xuân Hạo.

"…Trương Vĩnh Ký viết sách ngữ pháp vào một thời chưa có ngôn ngữ học hiện đại, thế mà ông có được những nhận đính đúng và hay…Chẳng hạn Trương Vĩnh Ký là người đầu tiên xác định được các "loại từ" như cái, con, chiếc… Trương Vĩnh Ký cũng là người đầu tiên tìm ra những "trạng ngữ" cho tính từ như (trắng) bóc, (đen) thui, (đỏ) lòm, những phát hiện ấy chẳng mấy ai nhắc đến…."

Tiếp, Mẫn Quốc với bài viết có tựa đề dài 26 chữ: Trương Vĩnh Ký, một nhà bác học trứ danh đã ngang nhiên đóng vai đặc vụ tình báo, làm tay sai đặc lực cho giặc Pháp

"…Năm 1876, Trương ra thăm Bắc Kỳ, khi trở về viết cuốn Chuyến đi Bắc Kỳ năm Ất Hợi (7), Trương làm "nhiệm vụ đặc phái" báo cáo gửi cho đô đốc Đuy-pe-rê" (Duperré) tình hình kinh tế nghèo nàn, đói kém của nhân dân ta. Trương báo cáo "tình báo" như thế khác gì xúi giặc Pháp mau mau đánh chiếm Bắc Kỳ…"

(7) Giáo sư Nguyễn Huệ Chi, một nhà nghiên cứu văn học ở Hà Nội viết:

"…Trương Vĩnh Ký với khoa ngôn ngữ học và khoa học lịch sử đã góp phần khai sáng bộ môn Việt học. Các sáng tác của Trương Vĩnh Ký nói lên ít nhiều cá tính một con người có cái nhìn tinh tế trước sự vật, nhiều lúc có cái nhìn hài hước hóa mọi chuyện đời thường. Riêng cuốn Chuyến đi Bắc Kỳ năm Ất Hợi là một tập bút ký hiếm hoi viết bằng chữ quốc ngữ của thế kỷ 19, cho thấy khả năng viết văn xuôi tiếng Việt của cây bút ký giả Trương Vĩnh Ký so với thời đại…"

Ghi chú: Nhờ Petrus Ký, qua Chuyến đi "Bắc Kỳ năm Ất Hợi", ngu phu chi tử tôi góp nhóp được: Thời Minh Mạng dân số Hà Nội 52.355 người, thời Tự Đức 60.257 người.

Ngu phu chi tử tôi chắc mẩm người Mẫn Quốc là người của Cục tình báo văn hóa A2 nên chữ nghĩa ngập ngụa những "đặc vụ tình báo" với "gián điệp"… Còn chuyện Petus Ký làm thông ngôn cho trung tá Jaureguiberry, ngu phu chi tử tôi ăn mày chữ nghĩa của người làm văn học ở ngòai nước viết về Sĩ Tải tiên sinh…

"…Nhận những chức vụ của người Pháp chỉ vì sinh kế. Tới năm 1872, tiên sinh được bổ nhiệm làm hiệu trưởng trường Sư phạm Nam Kỳ (Ecole Normale), đào tạo giáo chức đầu tiên ở miền Nam. Tiên sinh vẫn giữ được phong thái người sĩ phu Việt Nam, khăn đóng áo dài lại là mẫu mực của một hương sư hương quốc trong hoàn cảnh "quốc phá gia phong". Ở vào hoàn cảnh lúc bấy giờ, tiên sinh không thể xuất xử khác hơn. Sự hợp tác bất đắc dĩ của tiên sinh với Pháp trong hoàn cảnh nghiệt ngã này có thể được tạm hiểu là sự chấp nhận cái "thế thời phải thế…".

Chuyện đơn giản như đan rổ vậy thôi, người tình báo lại choang thêm câu:

"…Năm 1863, Trương được giặc Pháp đề cử làm thông ngôn (8) đi theo phái đoàn Phan Thanh Giản đi sứ sang Pháp để xin chuộc lại ba tỉnh phía Đông Nam Kỳ mà…".

(8) Vì người anh em XHCN "dựng sử" Petrus Ký làm thông ngôn nên mới sinh chuyện: "Trong hiệp ước nghị hòa, nhà Nguyễn phải chịu mất 3 tỉnh miền Đông cho Pháp, điều này Pétrus Ký bị chỉ trích vì đã giúp Pháp thương thảo hiệp ước này…"

Cứ theo ngu phu chi tử tôi đùm đậu đây đó thì:

1 – Hòa ước Nhâm Tuất (1862) ký kết nhượng cho Pháp ba tỉnh Gia Định, Biên Hòa, Định Tường (và Côn Đảo). Trong quá trình điều đình hòa ước, trước cũng như sau khi ký hòa ước, không thấy Trương Vĩnh Ký làm gì.

2 - Năm 1863, triều đình cử Phan Thanh Giản sang Pháp xin chuộc lại ba tỉnh miền Đông. Chính cụ Phan Thanh Giản xin để Petrus Ký đi theo phái đoàn làm thông ngôn.

Sứ đoàn gồm có: chánh sứ Phan Thanh Giản, phó sứ Phạm Phú Thứ, thông sự (thông dịch) Trương Vĩnh Ký. Phái bộ gồm 66 hành nhân: Nguyễn Khắc Đản, Nguyễn Văn Chất, Nguyễn Mậu Huân, Hồ Văn Long, Nguyễn Hữu Thuận, v…v…

Ghi chú 1: Năm 1869, Tự Đức ban cho ông huân chương cao quý của nhà Nguyễn "Long tinh bội tinh"

Khi phái bộ Phan Thanh Giản rời Huế tới Gia Định, đô đốc Bonard cử thiếu tá hải quân Riueuier đi theo để hướng dẫn sứ bộ Phan Thanh Giản. Phái đoàn gồm Petrus Nguyễn Văn Sang, Tôn Thọ Tường, Pero Trần Quang diệu (thông dịch viên).

Ghi chú 2: khi Napoléon tiếp sứ bộ Phan Thanh Giản ở điện Tuilered, thông dịch là Aubaret. Tạm hiểu là người Pháp không thiếu thông dịch viên!

Ghi chú 3: khi ở Pháp, ông có cơ hội gặp Paul Bert mới thành chuyện.

Và chuyện là thêm một bài viết Cần nhận rõ chân tướng Trương Vĩnh Ký để đánh giá cho đúng của người viết Nguyễn Khắc Đạm:

"…Trương là loại tay sai không giữ chức vụ nào trực tiếp đã đàn áp, bóc lột (sic) nhân dân. Thời gian giúp Pôn-Be (Paul Bert) ở Huế chỉ có 3 tháng, Trương vẫn giấu mặt. Tóm lại, trước sau, người ta vẫn chưa thấy rõ bản chất ác ôn của Trương…".

Đến trần ai khoai củ này bèn nhờ cậy đến nhà làm văn học ở quốc ngoại:

"…Trong chuyến đi Pháp, tiên sinh gặp Paul Bert va họ trở thành đôi bạn thân. Paul Bert được coi là người tiến bộ và nhân bản, là tổng trưởng giáo dục Pháp. Paul Bert được bổ nhiệm Thống sứ tại triều đình Huế. Ông chủ trương, đối với triều đình Huế, Pháp chỉ giữ vai trò bảo hộ, và hợp tác giới sĩ phu.

Trên đường từ Pháp tới Huế, Paul Bert ghé Sài Gòn, đích thân gặp lại bạn cũ Trương Vĩnh Ký, mời tiên sinh đứng ra làm một gạch nối giữa vua Đồng Khánh và Thống sứ Pháp. Với một tâm hồn nhân bản chủ trương một chính sách tương đối nhân đạo và cởi mở đối với người bản xứ và nền bảo hộ, Paul Bert bị giới thực dân không ưa, ngấm ngầm chống đối. Do đó, thực dân cũng nghi ngờ tiên sinh trong vai trò cố vấn của vua Đồng Khánh tại Cơ mật viện trong chức vị Hàn lâm biên tu…"

Người anh em XHCN Nguyễn Khắc Đạm chém to kho mặn thế này đây:

"…Trương được Pháp cho quản lý trường sở dậy nó tiếng quốc ngữ để nó hiểu người Việt, để nó dễ dàng nô dịch nhân dân ta. Trong khi nền Nho học ta với chữ Nôm (9) vẫn thịnh hành, vẫn phổ biến những tác phẩm văn học dân gian.

(9) Ngu phu chi tử tôi trộm nghĩ tác giả muốn trở về với chữ Nôm chăng?! Ắt là vất vã lắm với những từ "tư bản luận", "duy vật sử quan", "tiến trình biện chứng", v…v…

Tiếp đến, một câu hỏi được đề ra "Trương đứng trên lập trường giai cấp nào, sống và làm việc ra sao? Nên nhớ rằng khi Trương làm việc với Đồng Khánh hưởng lương rất cao với ngạch tri huyện hạng nhất. Tính ra gạo lương của Trương mua được 50 tạ gạo. Qua tiểu sử của Trương, sau khi Pôn-Be chết, Trương bị thực dân đương thời cho về, chứ không phải Trương xin Đồng Khánh cho về…"

Đến nước nôi này thôi thì cũng đành mới người làm văn học len chân vào chuyện:

"…Paulin Vial, con cáo già thuộc địa ở Nam Kỳ, giám đốc Bản xứ vụ không ưa và còn đố ky với tiên sinh. Ngày 11-10-1888, Paul Bert đột ngột chết ở Hà Nội vì bệnh dịch tả. Paul Vial lên quyền thống sứ thay thế Paul Bert. Tiên sinh bỏ Huế về Sài Gòn, giã từ chốn quan trường cùng vinh hạnh được Đồng Khánh ban Kim khánh bội tinh và hàm Lễ Bộ thượng thư…" (Ministre des Rites).

Người Nguyễn Khắc Đạm vẫn bám ông như cua cắp:

"…Sau khi Pôn-Be chết, vì bọn thực dân Pháp làm khó dễ nên Trương vận động bạn bè ở bên Pháp ủng hộ và bênh vực. Nhờ đó mà Trương vẫn được làm việc cho Pháp và lĩnh lương cho đến lúc chết…Cũng may Pôn-Be chết quá sớm, nếu không thì tội của Trương sẽ bị mang ra tòa án dư luận nhân dân xét sử…".

Với cung cách "hơi bị thiếu văn hóa" của người làm văn hóa XHCN gọi người đã khuất cả trăm năm với một chữ: "Trương". Thêm mảng chữ "tòa án dư luận nhân dân xét xử", ngu phu chi tử tôi mọc ra chuyện Trần Huy Liệu "đánh" cụ Phan Thanh Giản:

"…Điểm mà tôi (Trần Huy Liệu) muốn nhấn mạnh vào cái chết của Phan là tất nhiên, là rất biện chứng trong chỗ bế tắc của Phan. Dầu sao, cái chết của Phan cũng chỉ có thể chấm dứt con đường biện chứng bế tắc của Phan, chứ không thể xóa được tội danh của Phan trước tòa án dư luận nhân dân. Như vậy, kết tội Phan Thanh Giản phải gắn liền Phan với triều đình Huế, với Tự Đức, bản án Phan là nằm trong hồ sơ bản án hàng giặc bán nước của triều Nguyễn…".

Có đầu có đũa thì ông Trần Huy Liệu cũng viết bài Nhận định về Trương Vĩnh Ký, nhưng mặc dù ông dặn dò: "các bạn không nên trích dẫn lại những tài liệu mà chúng tôi đã cung cấp để các bạn tham khảo" Nhưng "các bạn" Mai Hanh, Mẫn Quốc, Nguyễn Khắc Đạm đã "tham khảo" chín phần mười bài của ông nhét vào bài của mình. Nên ngu phu chi tử tôi chỉ sao chép khúc kết luận "Nhận định về Trương Vĩnh Ký":

"…Nói tóm lại, bình luận về Trương, chúng ta thấy từ lập trường đến tư tưởng rất dễ thấy như nhìn vào một chấm đen. Chúng ta không lấy làm lạ dưới thời Pháp thuộc, Trương đã được tạc tượng, được tên cho trường học, đường phố. Và bọn bồi bút đã ca tụng Trương một cách vô liêm sỉ (10). Có điều là: bình luận về Trương, chúng ta phải thảo một bản cáo trạng về tội phạm chính trị, phải phân tích một cách khoa học để thấy rõ con người của Trương, đánh giá đúng mức về Trương…"

(10) Trong phần dẫn nhập tạp chí Nghiên cứu Lịch sử viết về cụ Phan Thanh Giản, ông Trần Huy Liệu mở đầu thế này đây: "Tất nhiên khi chép về sử kiện Phan Thanh Giản cắt đất dâng cho xâm lược Pháp thì trí thức và sử gia miền Nam đã vô liêm sỉ coi đó không phải là chuyện phản quốc".

Ghi chú: Ông Trần Huy Liệu người Nam Định, năm 1945, là bộ trưởng Bộ Thông tin Tuyên truyền. Năm 1953, làm trưởng ban nghiên cứu văn sử địa, ông không qua trường sở nào, nhưng ông vẫn đảm nhiệm chức vụ viện trưởng đầu tiên của Viện Sử học.

Ông "bức xúc" việc dựng tượng Petrus Ký, riêng ngu phu chi tử tôi ngẫn ngẫn chả hiểu người anh em XHCN dựng tượng Lê Nin ở vườn hoa Chi Lăng ắt hẳn để thích hợp với tư duy…duy vật sử quan Mác-Lê. Vườn hoa Chi Lăng được đổi tên là "Công viên V.I Lê Nin" chắc là để theo…tiến trình biện chứng của "trường phái Marxist" chăng?

Từ "Công viên V.I Lê Nin" ở Hà Nội, ngu phu chi tử tôi "liên hệ" tới công viên Lê Văn Tám tại Sài Gòn. "Ngọn đuốc sống anh hùng thiếu niên Lê Văn Tám" là tác phẩm ông "dựng" lên theo lệnh ông Hồ. Tiếp đến vì ông Hồ không muốn trí thức tiểu tư sản ở Việt Bắc "dinh tê" về Hà Nội với Pháp nên hai ông Phan Thanh Giản, Petrus Ký trước sau được dẫn ra tòa án dư luận nhân dân xét sử…Được thể các sử gia miền Bắc che đóm ăn tàn thay phiên nhau mạt sát hai ông với những lời lẽ sổ sàng thiếu học thức như: "tối tăm, cực kỳ phản động, hủ lậu, mục nát, mù quáng, cực kỳ ngu xuẩn, v…v…".

Ghi chú: Tạp chí Nghiên cứu Lịch sử năm 1963, mục "Bình luận nhân vật lịch sử" nhắm vào cụ Phan Thanh Giản đầu tiên, do Trần Huy Liệu trụ trì gợi ý các sử gia miền Bắc đăng 8 bài viết của các sử gia như Đặng Huy Vận, Chương Thâu, Đặng Việt Thanh, Nguyễn Khắc Đạm, Chu Quang Trứ, Nhuận Chi, Trương Hữu Ký, v…v…

* * *

Ừ thì hãy lay lắt trở lại với tác phẩm "Petrus Ký, nỗi oan thế kỷ" (11) của tác giả Nguyễn Đình Đầu. Cuốn sách được dự trù ra mắt ngày 8-1-2017 nhưng bị hủy theo "một chỉ thị miệng" và báo chí được tin nhận cảnh báo không đưa tin về cuốn sách này.

(11) Từ năm 1960, tác giả đã sửa soạn tác phẩm "Petrus Ký, nỗi oan thế kỷ" vì ông tìm ra Thư viện Hội nghiên cứu Đông Dương (Société des Études indochinoises), trung tâm lưu trữ Hội Thừa sai Paris (Société des Missions étrangères de Paris) ông Trương Vĩnh Ký là một người yêu nước Nam Kỳ. Những tài liệu cho thấy ông không theo Pháp vì ông rất bất mãn trong chuyện người Pháp cư xử với người Việt Nam.

Vì để viết bài văn khảo "Sĩ Tải tiên sinh trong bể hoạn" nên ngu phu chi tử tôi đọc ông rất kỹ và đọc cả tiểu sử ông nữa: Ông người Hà Nội, trong một gia đình tín đồ Công giáo là một nhà nghiên cứu nổi tiếng trong lĩnh vực địa lý học và lịch sử Việt Nam.

Năm 1946, ông tháp tùng phái đoàn Việt Nam (và ông Hồ) sang Paris tham gia Hội nghị Fontainebleau. Tiếp, ông còn tham gia hoạt động trong phong trào vận động chính phủ Pháp đàm phán với chính phủ Hồ Chí Minh. Năm 1954, ông sang Thụy Sĩ vận động ủng hộ phái đoàn ông Phạm Văn Đồng dự Hiệp định Genève, 1954.

Năm 1955, ông về nước và sống tại Sài Gòn. Ông đấu tranh cho hòa bình và hòa giải dân tộc, ông được xem như là một trong những thành viên tích cực của "Lực lượng thứ ba". Vì vậy, năm 1975, ông được Dương Văn Minh cử làm thành viên của phái đoàn đại diện VNCH đến Trại Davis để đưa đề nghị ngưng chiến.

Bằng vào những bương trải ấy nên ông viết "Petrus Ký, nỗi oan thế kỷ" rất cẩn trọng để khỏi bị có "vấn đề". Ông cân nhắc từ trang 443 đến trang 505, dùng 62 trang với 6 anh em XHCN miền Bắc "đánh phá" Petrus Ký. Ở miền Nam, từ trang 534 đến 534, tức vỏn vẹn 10 trang với 2 tác giả Thanh Lãng và Hồ Hữu Tường "bảo vệ" Petrus Ký về mặt văn hóa. Ông kỹ càng hơn nữa, sau Hồ Hữu Tường trên báo Bách Khoa, ông thêm vào người viết miền Nam Nguyễn Sinh Duy, Phạm Long Điền với 27 trang "chống" lại Hồ Hữu Tường (tức Petrus Ký). Và ông nghĩ là ông thoát…(12) Nhưng ông không thoát được con mắt Cục Bảo vệ An ninh nội bộ và Văn hóa tư tưởng.

Ghi chú 1: Ngu phu chi tử tôi đoán chừng vậy.

Ghi chú 2: Cục như…cục gạch nung này có Bí số A25, dưới quyền chỉ huy của Thiếu tướng Khổng Văn Minh được thành lập năm 1972.

(12) Ông Nguyễn Đình Đầu phải đợi đến năm 2017 mới ra mắt sách vì thời gian đà chín muồi, vì Phan Thanh Giản, Petrus Ký đã được "phục hồi" qua sách báo cũng như qua biểu tượng dựng…tượng lại, (nhưng ông không dòm kỹ tượng Trương Vĩnh Ký ở Bảo tàng Mỹ Thuật Sài gòn không được đeo…huân chương của Pháp và triều Nguyễn)

Ông không thoát vì dẫm phải lỗ chân trâu, mặc dù ông dấu bài viết dưới ở trang 575 (còn 40 trang nữa là chấm hết) có bốn, năm mục lục sách che khuất. Xin trích đoạn:

"…Cho tới nay, đã trên 100 năm kể từ ngày Trương Vĩnh Ký nằm xuống vẫn có những khuất tất của lịch sử. Sở dĩ có tình trạng đáng tiếc đó vì nhận định, đánh giá một nhân vật lịch sử mà lại không gắn với thời đại lịch sử, trong đó người ấy sống và hành động, lại nặng nề suy diễn chủ quan một cách không thấu tình đạt lý.

Với nhân vật Trương Vĩnh Ký, tuy chưa tiếp cận

nhiều tài liệu về ông, nhưng qua những gì mà tôi có, tôi đọc, nghe và biết. Nếu chỉ xét đơn thuần trên lĩnh vực văn hóa thì đây là một nhà văn hóa lỗi lạc của thời kỳ đó và cho cả hôm nay.

Trương Vĩnh Ký đã chọn lựa riêng cho cuộc đời mình, mặc dù ông luôn luôn tôn vinh những anh hùng dân tộc như Nguyễn Trung Trực, Thủ Khoa Huân, Thiên Hộ Dương. Ông cũng luôn coi Nguyễn Đình Chiểu là nhà văn học lớn của dân tộc. Tuy nhiên chính sự lựa chọn con đường đi của Trương Vĩnh Ký coi như nghịch lý, đó là một trong những gút mắc lớn nhất của Trương Vĩnh Ký: Bi kịch muôn đời…".

Ghi chú: Thiên Hộ Dương (hay Võ Duy Dương) cùng với Thủ Khoa Huân (Nguyễn Hữu Huân) chiêu mộ nghĩa binh nổi dậy chống Pháp tại Định Tường năm 1861.

Ngu phu chi tử tôi đoán chừng các quan chức cây đa cây đề ở miền Bắc…đề ra "phương án" phục hồi Trương Vĩnh Ký (trước là Phan Thanh Giản) là để vuốt ve người miền Nam…bị mất đất. Họ chỉ muốn có vậy và không hơn. Nếu có ai như cụ Bắc Kỳ Nguyễn Văn Tố tóm tắt sự nghiệp của Trương Vĩnh Ký ngắn gọn trong 3 tiếng bác học, tâm thuật, khiêm tốn thì không sao. Thì không có chuyện trái nắng trở trời…"Nguyễn Đình Đầu nỗi oan của thế sự", bởi ngu phu chi tử tôi là Bắc kỳ…kỳ cựu, lại đồng hương, đồng khói với những người anh em XHCN nên đi guốc vào trong bụng họ.

Nhưng vì dậu đổ bìm leo nên tác phẩm "Petrus Ký, nỗi oan thế kỷ" bị thu hồi…Bìm leo ở khúc trích lục vừa rồi trong bài Cần một kết luận hợp lý cho nhân vật Trương Vĩnh Ky (khoảng năm 1995) tác giả lại là người miền Nam, là…ông Võ Văn Kiệt.

* * *

Lạc đường nắm đuôi chó, lạc ngõ nắm đuôi trâu, thôi thì ngu phu chi tử tôi cũng đành theo bước chân của người làm văn học chân trong chân ngòai một lần cuối…

"…Vì sống trong hoàn cảnh buồn bã, bệnh hoạn luôn, tiên sinh mất ngày 1-9-1898, hậu quả vì kiệt sức do cái thế chẳng đặng đừng trên con đường hoạn lộ qua tháng năm chồng chất…Tiên sinh qua đời trong cảnh thanh vắng ở vùng Chợ Quán, thọ 61 tuổi, để lại một sự nghiệp văn hóa văn học lớn lao (khi lui về ẩn dật ở Chợ Quán, ông phải bỏ tiền riêng ra in ấn và tự phát hành. Sách ế ẩm khiến ông phải mắc nhiều nợ).

Thân thế tiên sinh từ lúc bước vào đời cho đến phút lâm chung là thân thế nổi trôi trong bể hoạn của đất nước. Nhưng tiên sinh như một loài trúc lạ ở đất Nam Hà, liêm khiết và ẩn nhẫn, dù phải trầm luân trong bao hệ lụy. Hệ lụy của tiên sinh cũng như hệ lụy của sĩ phu thời đại, nhưng dù trong tình huống nào, dù phải hợp tác nhất thời với ngoại bang, ông vẫn giữ tấm lòng son dạ sắt của một kẻ sĩ…"

Ngày 8 tháng 11 năm 1870, (trước khi mất hai tháng) ông có lời di cảo:

"Người đời sanh ký tử quy, đàng đi nước bước văn vói lắm. Nhưng ai cũng có phận nấy, hễ nhập thế cuộc bất khả vô danh vị, cũng phải làm cho xong đã, mới chui vô quan tài. Sự sống ở đời tạm nầy, đỏ như hoa nở một hồi sương sa; vạn sự đều chóng qua hết, tan đi như mây như khói…."

Quanh quanh quẩn quẩn lối đường quai
Xô đẩy người vô giữa cuộc đời
Học thức gửi tên con mọt sách
Công danh rốt cuộc cái quan tài

Thạch trúc thảo lư
Đông chí, Mâu Tuất 2018
Ngộ Không Phí Ngọc Hùng

Nguồn: Hoàng Lại Giang, Trần Văn Trường, Cao Thế Dung.

Mộ phần ông nằm ở ngay góc đường
Trần Hưng Đạo và Trần Bình Trọng

Trên cửa nhà mồ có ghi câu tiếng La tinh: "Miseremini Mei Saltem Vos Amici Mei" (Xin hãy thương xót tôi, hỡi các anh chị là những người bạn của tôi). Câu văn trích từ sách của Gióp trong Cựu ước, chuyện Job bị Thượng đế và loài người ruồng bỏ

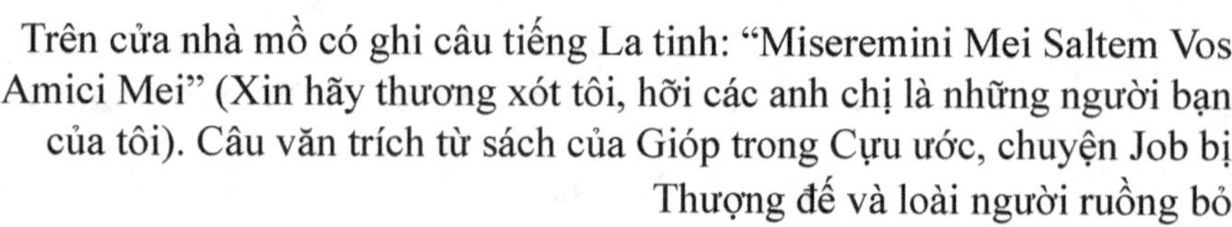

Danh Sách Mạnh Thường Quân cho việc xây dựng Tượng đài Petrus Trương Vĩnh Ký tại Trung Tâm La San, San Jose, CA

	Tên	Thành Phố	Đơn Vị Tiền Tệ	
1	Hoàng Thị Doãn	Munich, DE		$1,000.00
2	Donna Lê Đỗ Đoan Thuỳ CHS/LHP	San Jose CA, US		$1,000.00
3	Trương Nhân CHS/PK	Frankfurt, DE	€ 50	$51.11
4	Nguyễn Hoàng Thùy Trang CHS/LHP 82-85	Munich, DE	€ 50	$51.11
5	Trần Việt Hùng CHS/LHP 08-11	Seatle WA, US		$100.00
6	Trần Tam CHS/PK	Sydney, AU		$2,125.30
7	CGS/PK Trang Ngọc Nhơn	Reading PA, US		$1,000.00
8	Dr John Chuong D Pham CHS/PK	Cambridge, ON CA		$1,000.00
9	Chương Nguyễn	San Jose CA, US		$100.00
10	CGS/PK Lê Tiến Đạt	Sherman Oaks, US		$200.00
11	CGS/PK Họa sĩ Trương Thị Thịnh	San Jose CA, US		$100.00
12	Họa sĩ Lê Quế Hương	San Jose CA, US		$100.00
13	Tạ Chí Thân	Fountain Valley CA, US		$100.00
14	Vũ Mộng Thúy	San Jose CA, US		$100.00
15	Thi sĩ Hải Phương & chị Quận phu nhân	San Jose CA, US		$100.00
16	Thành & Vân	San Jose CA, US		$20.00
17	Tuấn Vũ & Hoàng Mai	San Jose CA, US		$150.00
18	Thái Hằng & Đoàn Văn Nghệ Mê Linh	San Jose CA, US		$100.00
19	CGS/PK Nguyễn Quang Oánh	Houston TX, US		$100.00
20	Họa sĩ Đào Hải Triều & Kim Anh	San Jose CA, US		$100.00
21	CGS/PK Trần Hữu Tắc	Westminster CA, US		$50.00
22	ÔBà Dương Quang Lạc	San Jose CA, US		$1,000.00
23	TS Trương Hồng Sơn & Lê Thị An	Rockville MD, US		$200.00
24	CGS/PK Phạm Xuân Ái	Antony, FR	€ 50	$51.11
25	Nguyễn Minh Trí	Munich, DE	€ 100	$102.22
26	Lê Diễm	San Jose CA, US		$100.00
27	Họa sĩ Vũ Thị Ngà	San Jose CA, US		$50.00

#	Name	Location		Amount
28	Mai Viết Thủy CHS/PK	Sydney, AU	A $500	$375.10
29	Trần Văn Tường CHS/PK	Sydney, AU	A $100	$75.02
30	Từ Võ Cát CHS/PK	Sydney, AU	A $200	$150.04
31	Vương Văn Hải CHS/PK	Sydney, AU	A $100	$75.02
32	Nguyễn Văn Chính (DEald Young) CHS/LHP	Sydney, AU	A $200	$150.04
33	UPC&Petrus Ký College Banktown	Sydney, AU	A $200	$150.04
34	Trương Minh Công CHS/PK	Sydney, AU	A $100	$75.02
35	Hồ Lịch CHS/PK	Sydney, AU	A $1000	$750.20
36	Nguyễn Văn Lành CHS/PK	Sydney, AU		$1750.20
37	Vương Mạnh Viên CHS/PK 54-61	Centreville VA, US		$100.00
38	Lý Hồng Giang CHS/PK 63-70	New Zealand	A $200	$150.04
39	CGS/PK Nguyễn Thu Hà	Houston TX, US		$50.00
40	CGS/PK Nguyễn Trần Ngọc-Thư	Houston TX, US		$20.00
41	CGS/PK Phan Thị Thu Yến	Westminster CA, US		$100.00
42	CGS/PK Nguyễn Thị Đoan Trang	San Diego CA, US		$100.00
43	In Memory of Cô Đinh Thị Lệ Dung Mai Anh & Lau Thien Nguyen, và các bạn A7	Sunnyvale CA, US		$1000.00
44	1 CHS/PK 65-72 ẩn danh	Orlando FL, US		$100.00
45	1 CHS/PK 68-75 ẩn danh	Sydney, AU		$250.00
46	CGS/PK Nguyễn Văn Muôn	Norway		$200.00
47	CGS/PK Lưu Kỳ Nam	San Diego CA, US		$100.00
48	CGS/PK Lê Xuân Khoa	Irvine CA, US		$50.00
49	CGS/PK Trần An	Sydney, AU	A $100	$75.02
50	Nhóm CHS/PK con Thầy Trần An: Trần Tài, Trần Anh Tuấn, Trần Anh Toản	Sydney, AU	A $200	$150.00
51	PCS Services	San Jose CA, US		$200.00
52	Kim Nguyen Thi Le	San Jose CA, US		$50.00
53	NS Trần Quang Hải CHS/PK 56-63	Paris, FR		$100.83
54	Ngô Đình Học CHS/PK	San Jose CA, US		$100.00
55	Nguyễn Phú Xuân CHS/PK (91tuổi)	Sydney, AU	A $100	$75.02
56	Tạ Việt Hoa CHS/LHP 83-86	Austin TX, US		$200.00
57	Đặng Thanh Tuyền CHS/LHP 83-86	Westminster CA, US		$50.00
58	Lê Ngọc Linh CHS/LHP 83-86	Tokyo, JP		$1,000.00
59	Trần Thị Kim Quy CHS/LHP 83-86	San Jose CA, US		$100.00
60	Lê Hoàng Phong CHS/PK 74-81	San Jose CA, US		$200.00
61	Hoàng Hải Ưng CHS/PK 71-78	Fremont CA, US		$100.00
62	Phuong Hoang	San Jose CA, US		$50.00
63	Vivian Tuyết Vân Nguyễn CHS/LHP 83-86	San Jose CA, US		$100.00
64	Khưu Thị Thể Hà Hannah CHS/LHP 83-86	New Orleans LA, US		$100.00
65	Lại Ngọc Thành CHS/PK 72-79	Houston TX, US		$100.00

#	Name	Location	Foreign	Amount
66	Mr & Mrs Trần Ngọc Ẩn (Hai An Tran) CHS/PK	Nice, FR		$100.00
67	Hoàng Đông Hải CHS/PK 69-70	Duisburg,DE	€ 100	$102.22
68	Huỳnh Quang Tuấn, CHS/LHP 83-86	Munich, DE	€ 100	$102.22
69	Nguyễn Đức Hiếu, CHS/LHP 83-86	Porland, OR US		$50.00
70	Nguyễn Ngọc Danh CHS/PK-LHP 74-81	San Jose CA, US		$200.00
71	Hoàng Xuân Trí CHS/PK-LHP 74-81	San Jose CA, US		$50.00
72	Nguyễn Đình Trần Chính CHS/PK-LHP 71-78	Fremont CA, US		$300.00
73	Đỗ Thị Thiên Hương CHS/LHP 75-81	Garden Grove CA, US		$500.00
74	Nguyễn Tất Thắng CHS/LHP 86-89	Garden Grove CA, US		$100.00
75	Bùi Quang Hân CHS/PK-LHP 74-81	Virginia US		$500.00
76	Nguyễn Văn Bá CHS/PK 65-72	Springfield VA, US		$200.00
77	Tiffany Nguyễn	San Jose CA, US		$50.00
78	Nguyễn Văn Thuyết, CHS/LHP 75-82, Con Nguyễn Đình Thứ, CHS/LHP 06-09, Con Nguyễn Huy Thịnh, CHS/LHP 09-12	Việt Nam		$150.00
79	Sơn, Liên, Paul Nguyen's Family (Sơn: CHS/Chu Van An)	San Jose CA, US		$1,000.00
80	Võ Thị Trúc Lynh, CHS/LHP 83-86	Ontario, CA		$1,000.00
81	In Memory of Trần Sum	CHS/PK 1967-1974		$1,000.00
82	Trần Nghiêm Lệ (ca sỹ Nghiêm Lệ) CHS/LHP 83-86	Melbourne, AU	A $300	$225.06
83	Nhóm CHS/PK 1970-1977 – Nguyễn Mạnh Hồng – Nguyễn Phương Cang – Phạm Nhật Khánh – Võ Duy Hưng – Bùi Hữu Liêm	Bắc California, US		$1,000.00
84	In Memory of Thầy Nguyễn Thanh Liêm Trương Quí Hoàng Phương	Munich, DE		$1,000.00
85	In Memory of Thầy Nguyễn Xuân Hoàng Lê Đào Quang CHS/PK 71-78	San Jose CA, US		$1,000.00
86	Phát hành ly (mug) tại Âu Châu		€ 100	$102.22
87	Tuan Huu Phan CHS/PK 68-75	Annandale VA, US		$100.00
88	Nhóm bạn CHS/Lycée PK 1953-1960/1961	Đại diện: Mai Thanh Truyết		$1600.00
89	Trần Xuân Nhựt CHS/PK 71-78	San Jose CA, US		$300.00
90	Phát hành ly tại Úc Châu	Sydney, AU	A $500	$375.10
91	In Memory of Thầy Nguyễn Xuân Hoàng – Dr Trần Đoàn – Nguyễn Nhật Trung – Trần Hữu Đức	VL Sydney, AU		$1,000.00
92	Phạm Văn Thịnh CHS/PK 71-78	San Diego CA, US		$100.00
93	Nguyễn Thế Vinh CHS/PK 71-78	Stockton CA, US		$300.00

94	Đoan Trang – Trần Hữu Cường CSH/PK 65-72	Los Altos CA, US		$1,000.00
95	Minh Tam Dang	Pearland TX, US		$50.00
96	Yểm trợ trong ngày Ra Mắt NTC 15/07/17 tại San Jose:			
	Nhóm thân hữu CHS/Cường Để Quy Nhơn			$120.00
	Nhóm thân hữu SHCĐ/SJ	Đại diện: Đoàn Lập		$100.00
	Lê Văn Tỉnh, Hội Trưởng HAH/CHS Chu Văn An Bắc California			$1000.00
	Nguyễn Tấn Thọ	Đại diện VP/TNS Janet Nguyễn		$200.00
	Lê Văn Hải, Chủ nhiệm tuần báo Mõ,			$200.00
	TTK/CLB Truyền Thông Báo Chí Bắc Cali.			
	Duy Văn, tuần báo Đời Mới Bắc Cali.			$100.00
	CGS/PK Trần Huệ			$50.00
	Quỹ bán tượng PK (donated by ĐKG Phạm Thế Trung)			$150.00
	Ngân Ly Trần CHS/LHP 84-87 yểm trợ tượng			$100.00
	Nguyễn Mạnh Hùng CHS/CVA			$100.00
97	1 CHS/LHP 91-94 ẩn danh	Sài Gòn, VN		$50.00
98	Nguyễn Vĩnh Thượng CHS/PK & CGS/PK Phạm Thị Trí	Woodbridge ON, CA	CA $100	$77.07
99	Jimmy Phan	San Jose CA, US		$50.00
100	Võ Phạm Tấn CHS/LHP 90-93	Huntington Beach CA, US		$500.00
101	Long & Vân Hạnh (CHS/Trưng Vương) Nguyen CPA, MBA	Oakland CA, US		$1000.00
102	Hiền Phạm & Chánh Nguyễn	Pacifica CA, US		$1000.00
103	Trung V Nguyễn	Lawndale CA, US		$50.00
104	Thư Đỗ	San Jose CA, US		$100.00
105	Sang Nhin – Westcoast Precision, Inc	San Jose CA, US		$1000.00
106	In Memory of Thầy Tôn Thọ Giao			$1050.00
	– JV Tax Acct & Multi Services	Tucson, AZ, US		
	– Catherine Phan CHS/LHP 85	Sacramento, CA		
	– Tài Tạ CHS/LHP 81	Saigon, VN		
	– Bùi Vĩnh	Utah AZ, US		
	– Trương Điền			
	– Bùi Hữu Anh Huy			
	– Trương Thị Đoan Trang			
	– Nguyễn Anh Tiên			
	– Bùi Hữu Liêm (matching 1:1)	Hayward CA, Us		
	– Tạ Chí Thân	Fountain Valley CA, US		
107	Phát hành ly (mug) tại Nam Cali	Giang Diep, Sonny Ho Dac		$570.00
108	Phát hành ly (mug) tại Houston	Nang Nguyen, My Le, Thanh Lai		$210.00
109	Lê Hữu Lộc CHS/PK …-70	San Jose CA, US		$50.00
110	Ascenx Technologies, Inc.	Fremont CA, US		$1,000.00
111	Bùi Thức Thuận & Bích Hằng CHS/LHP 83-86	Toronto, CA		$100.00

112	Dr Michael Nguyễn, DDS	Hayward CA, US		$1,000.00
113	ÔB Kim Loan Health Care	San Jose CA, US		$500.00
114	Nhóm Cựu học sinh Petrus Ký Tốt nghiệp từ 1957 đến 1966	Đại diện: Mai Thanh Truyết		$1,900.00
	Ủng hộ mug/ly Petrus Ký	Đại diện: Mai Thanh Truyết		$120.00
115	Lê Thiện Hùng CHS/PK 62-69	San Jose CA, US		$50.00
116	Nguyễn Minh Tuấn CHS/PK 62-69	San Jose CA, US		$50.00
117	Nguyễn Chánh Trung CHS/PK-LHP 74-81	Anaheim CA, US		$50.00
118	Hồ Tấn Tài CHS/PK-LHP 72-79	Saigon, VN	VN $1M	$50.00
119	1 CHS/PK 71-78	Việt Nam	VN $3M	$150.00
120	Mai Văn Hiếu CHS/PK	San Jose CA, US		$100.00
121	Trần Thị Phương Nga CHS/LHP 82-85		€ 100	$102.22
122	Nhóm Cựu học sinh Petrus Ký	Đại diện :Mai Thanh Truyết		$1450.00
123	Đặng Trường Khánh CHS/LHP 82-85	Olympia WA, US		$100.00
124	Vivian Nguyen–Lam Ngoc Bich CHS/LHP	San Jose CA, US		$100.00
125	Đào Thiện Chính CHS/PK-LHP 71-78	San Jose CA, US		$1000.00
126	Gilbert Trương Vĩnh Tống	Paris, FR	€ 150	$178.00
127	Marie-Christine Trương Vĩnh Tống	Nice, FR	€ 150	$178.00
128	Phan Đào Nguyên CHS/PK 74-81	Los Angeles CA, US		$50.00
129	Lưu Minh Hải CHS/PK 73-80	Los Angeles CA, US		$50.00
130	Cao Huu Hoai CHS/PK	Paris, FR		$109.18
131	Đoàn Phan Trí CHS/PK	San Jose CA, US		$50.00
132	Phan Chí Hiệp CHS/PK	Sydney, AU		$1000.00
133	Dr Trần Anh Tuấn CHS/LHP 82-85	Los Angeles CA, US		$200.00
134	CGS/PK Hồ Ngọc Thái	Mannheim, DE	€ 50	$59.30
135	Travis Duong	Alhambra CA, US		$20.00
136	Phát hành ly tại Úc Châu đợt 2	Sydney, AU	A $600	$469.71
137	Nguyễn Quỳnh Ngọc CHS/LHP 1991	Sacramento CA, US		$100.00
138	BS Tô Ngọc Ẩn & BS Tô Minh Luân	San Jose CA, US		$1000.00
139	In Memory of Anh Tuan Le Tam Quach GD Commercial	San Jose CA, US		$1000.00
140	In Memory of Thầy Cung Nhật Tân Dave Cung Farmer Insurance	San Jose CA, US		$1000.00
141	Tiffany Thuan Ha Phan	Saratoga CA, US		$100.00
142	TS Mai Thanh Truyết: (San Jose 21/10/2017) Tiền yểm trợ bán sách: Lối Thoát Nào Cho VN Cash: $445 Checks: – Minh Nguyen/ Van Lan Truong /$50 – Liem Bui / $100 – Nguyet Dinh/Dang Pham / $100 – LSĐỗ Doãn Quế (Aborn pharmacy) / $100 – Donna Thuy Le/ $200			$995.00
143	Yểm trợ trong ngày 22/10/2017			

	Gia Đình Trương Vĩnh Raymond & Yvonne Trương Thủy Thanh	San Jose CA, US		$1600.00
	Gia Đình Gaston Trương Vĩnh Thụy	San Jose CA, US		$1000.00
	Hội Thánh Cao Đài Hải Ngoại	Đại diện: Quốc Sĩ Mai Thanh Truyết		$1150.00
	Bà Trần Mai Thu & Giáo Hội Phật Giáo Hòa Hảo Bắc Cali	Hội Trưởng Hội PGHH/BC Hoàng Sơn Long đại diện		$2000.00
	Nhà Báo Lê Văn Hải & Tuần Báo Thằng Mõ (đợt 2)	San Jose CA, US		$1000.00
	BS Đặng Phương Trạch & Nguyệt Thanh	San Jose CA, US		$200.00
	Minh Nguyen/ Trương Vân Lan	Milpitas CA, US		$50.00
	Nicole Gia Ngu Do/Linh Do	San Jose CA, US		$200.00
	Khoa Kim Ly/Kelly Tax insurance	San Jose CA, US		$50.00
	BS Nguyễn Trọng Nhi	San Jose CA, US		$100.00
	ÔB Hướng Dương Trịnh Xuân Đính	San Francisco CA, US		$200.00
	CHS Liên Trường Quy Nhơn (đợt 2)	San Jose CA, US		$100.00
	Huỳnh Cao Lộc	Seattle WA, US		$100.00
	Raffle Tickets, mugs sale			$270.00
	Quỹ bán tượng PK(donated by ĐKG Phạm Thế Trung)			$100.00
144	Andy Hiệt Nguyễn	San Jose CA, US		$50.00
145	Quỹ bán 1 cuốn sách: PETRUS KÝ, NỖI OAN THẾ KỶ	Tác giả Nguyễn Đình Đầu		$200.00
146	Quy Dao	Hayward CA, US		$50.00
147	Hoang Minh Duong MD	Milpitas CA, US		$200.00
148	Ninh Tuan CHS/PK			$100.00
149	Kim Trang / Hi Tech Dental Care	San Jose CA, US		$200.00
150	Phát hành ly (mug) tại Nam Cali			$100.00
151	Hue Nguyen	Houston TX, US		$100.00
152	Phát hành ly (mug) Petrus Ký Donna Thuy Le	San Jose 2018		$300.00
153	Chấn Dương Trần	San Jose CA, US		$50.00
154	Tom Huỳnh & Clementine Trần	San Jose CA, US		$1000.00
155	ÔB Hà Lý Hayward Quartz Technology, Inc.	Fremont CA, US		$1000.00
157	Hòa Trần, T&H Mfg	San Jose CA, US		$2000.00
156	David Trần, Transmercial	San Jose CA, US		$1000.00
157	Hải Âu Vương Phan CHS/LHP 95-95	San Jose CA, US		$50.00
158	Phạm Bích Phượng CHS/LHP 81-84	Herford, DE	€ 100	$102.22

Kết toán tạm thời ngày 16 tháng 11 năm 2018: **$67,850.82 USD**